நா. பார்த்தசாரதி

சுந்தர ராமசாமி

# நா. பார்த்தசாரதி

தொகுப்பு
அரவிந்தன்

காலச்சுவடு பதிப்பகம்

● *அன்பார்ந்த வாசகருக்கு,*

*வணக்கம்.*

*காலச்சுவடு நூலை வாங்கியமைக்கு நன்றி.*

*நூலின் உள்ளடக்கம், உருவாக்கம், அட்டைப்படம் இன்ன பிற அம்சங்கள் பற்றிய உங்கள் கருத்துகளையும் ஆலோசனைகளையும் காலச்சுவடு வரவேற்கிறது. தகவல், எழுத்து, வாக்கியப் பிழைகள் தென்பட்டால் கட்டாயம் தெரிவித்து உதவுங்கள். நூல் தயாரிப்பில் கடும் குறைபாடு இருப்பின் மாற்றுப் பிரதி உங்களுக்குக் கிடைக்கக் காலச்சுவடு ஏற்பாடு செய்யும்.*

*மின்னஞ்சல்:* publisher@kalachuvadu.com

*காலச்சுவடு நாகர்கோவில் அலுவலகத்திற்குக் கடிதம் அனுப்பலாம்.*

*தங்கள்*
*எஸ்.ஆர். சுந்தரம் (கண்ணன்)*
*பதிப்பாளர் — நிர்வாக இயக்குநர்*

நா. பார்த்தசாரதி ❖ நினைவுக் குறிப்புகள் ❖ ஆசிரியர்: சுந்தர ராமசாமி ❖ © கமலா ராமசாமி, அரவிந்தன் ❖ முதல் பதிப்பு: மே 2016, நான்காம் பதிப்பு: ஆகஸ்ட் 2023 ❖ வெளியீடு: காலச்சுவடு பப்ளிகேஷன்ஸ் (பி) லிட்., 669 கே.பி. சாலை, நாகர்கோவில் 629001

**naa. paartasarati** ❖ Reminiscences ❖ Author: Sundara Ramaswamy ❖ © Kamala Ramaswamy, Aravindan ❖ Language: Tamil ❖ First Edition: May 2016, Fourth Edition: August 2023 ❖ Size: Crown 1 x 8 ❖ Paper: 18.6 kg maplitho ❖ Pages: 72

Published by Kalachuvadu Publications Pvt. Ltd., 669 K.P. Road, Nagercoil 629001, India ❖ Phone: 91-4652-278525 ❖ e-mail: publications@kalachuvadu.com ❖ Printed at: Adyar Students xerox Pvt. Ltd., No. 275 Habibullah Road, Triplicane high Road, Opp Triplicane Post Office, Triplicane, Chennai 600005

ISBN: 978-93-5244-040-5

08/2023/S.No. 717, kcp 4648, 18.6 (4) 1k

# பதிப்புரை

பல முக்கியமான ஆளுமைகளுடன் நெருக்கமான நட்பும் உறவும் கொண்டிருந்த சுந்தர ராமசாமி, நா. பார்த்தசாரதியுடனான தன் உறவின் நினைவுகளை இங்கு பதிவு செய்கிறார்.

சு.ராவின் தீவிர வாசகரான அரவிந்தன் அவரைச் சந்தித்து உரையாடிப் பதிவுசெய்ததைப் பிரதி எடுத்தவர் கமலா ராமசாமி.

நினைவோடை வரிசையில் பத்தாவது நூல் இது. இதே வரிசையில் வந்துள்ள க.நா.சு., சி.சு. செல்லப்பா, கிருஷ்ணன் நம்பி, ஜீவா குறித்த பதிவுகள் அனைத்தும் சுந்தர ராமசாமியால் பார்வையிடப்பட்டுச் செம்மைப் படுத்தப்பட்டவை. அவரது மறைவுக்குப்பின் வெளிவந்த பிரமிள், ஜி. நாகராஜன், தி. ஜானகிராமன், கு. அழகிரிசாமி, தொ.மு.சி. ரகுநாதன் பற்றிய பதிவுகளும் நா. பார்த்தசாரதி பற்றிய இந்தப் பதிவும் உரையாடலின் எழுத்து வடிவமாகவே அமைந்திருக்கின்றன.

பதிப்பாளர்

# குறிப்பு

இந்நினைவுக் குறிப்புகளை நான் நண்பர் அரவிந்தனிடம் சொல்லும்போது என் நினைவை மட்டும் அடிப்படையாக வைத்தே சொல்லியிருக்கிறேன். சொன்ன நேரத்தில் நினைவுக்கு வந்தவை மட்டுமே இதில் இடம்பெற்றிருக்கின்றன. இந்நினைவுக் குறிப்புகள் புத்தக உருவம் பெற்றுப் படிக்க நேர்ந்தபோது சொல்லாத சில நினைவுகளும் மனதிற்குள் வந்தன. அவற்றை எழுதிச் சேர்க்க அவசியமான சமய வசதி எனக்கு இப்போது இல்லாமல் இருக்கிறது.

பல எழுத்தாளர்களுடனான முதல் சந்திப்பு என் நினைவில் போதிய தெளிவுடன் இல்லையோ என்று சந்தேகப்படுகிறேன். ஒரு சில வருடங்கள் துல்லியமாக இல்லாமலிருக்கலாம். அதிகபட்சம் அவை ஒன்றிரண்டு வருடங்கள் முன்பின்னாக அமைந்திருக்க வாய்ப்புண்டு.

நாகர்கோவில்                                சு.ரா.
09.02.05

# நா. பார்த்தசாரதி

(1932 – 1987)

புகழ்பெற்ற தமிழ் நாவலாசிரியர். சிறுகதை, கவிதை, கட்டுரை, நாடகம் போன்ற இலக்கியத்தின் பல வடிவங்களிலும் பல துறைகளிலும் சேர்த்து 90 நூல்களுக்கு மேல் படைத்த பிரபலமான தமிழ் எழுத்தாளர். பார்ப்பவர்கள், எந்த நாட்டுக் குறுநில மன்னர் இவர் என்று நினைக்கும்படியான கம்பீரமான ஆகிருதி கொண்டவர்.

நா. பா. என்று பரவலாக அழைக்கப் பெற்ற இவர், மணிவண்ணன் என்ற புகழ்பெற்ற புனைபெயருடன் வேறு ஆறேழு புனைபெயர்களிலும் எழுதியவர். நவீனத் தமிழுடன் பழந்தமிழும் அறிந்தவராகக் கருதப்பட்டவர். தமிழ்நாட்டுத் தேசிய இயக்கங்களுடன் தொடர்பில் இருந்த அவர், அடிக்கடி சர்ச்சைகளில் (விரும்பி) சிக்கிக் கொண்ட பேச்சாளரும் கூட. டாக்டர் பட்டம் பெற்றுவிட விரும்பிய அவர் அதற்கான ஆராய்ச்சி ஏட்டைப் பல்கலைக்கழகத்திற்கு அளித்திருந்த நிலையில் தன் 55ஆம் வயதில் காலமாகிவிட்டார்.

'சமுதாய வீதி' நாவலுக்காக சாகித்திய அக்காதெமி விருது பெற்றவர். 'துளசி மாடம்' நாவலுக்காக ராஜா சர் அண்ணாமலை இலக்கியப் பரிசு பெற்றவர்.

நவீனத் தமிழ் இலக்கிய வரலாற்றில் மூன்று அம்சங்களுக்காக நா.பா. நினைவுகூரப் படலாம். முதலாவது அம்சம், 1965 முதல் 20 ஆண்டுகள் அவர் விடாது நடத்திய *தீபம்* இலக்கிய மாத இதழ்ச் சேவைக்காக. *தீபம்* அவரது சாதனையின் மகுடம். மணிக்கொடி காலம் (பி.எஸ். ராமையா), சரஸ்வதி காலம் (வல்லிக்கண்ணன்) ஆகிய இதழியல் வரலாற்று முக்கியத்துவம் வாய்ந்த நூல்கள் தீபத்தில் வெளிவந்து பின் நூலானவையே. புதுக்கவிதையின் வரலாற்றைச் சொல்லும் 'புதுக்கவிதையின் தோற்றமும் வளர்ச்சியும்' (வல்லிக்கண்ணனுக்குச் சாகித்திய அகாதெமி பெற்றுத் தந்த நூல்) இவ்விதழில் தொடராக வந்ததுதான்.

இரண்டாவது, தமிழ்ச் சமுதாயத்துக்குத் தந்த இரு பெயர்களுக்காக. லட்சியவாத இளைஞர் சமுதாயத்தின் பிரதிநிதிகளாக 70கள் காலகட்டத் தமிழ் மனங்களில் பதிந்துவிட்டவை அவரது ('குறிஞ்சி மலர்' நாவலின்) கதாபாத்திரங்களின் பெயர்கள் அரவிந்தன், பூரணி. இன்றைக்கு 40 வயதைக் கடந்த பல அரவிந்தன்கள் நா.பா.வின் கதைமாந்தனின் நினைவில் சூட்டப்பெற்ற பெயர்களே. வங்க மைந்தன் அரவிந்தரின் நினைவு அப்பெயருக்குக் கூடுதல் ஒளி சேர்க்கக் கூடும். மூன்றாவது பழந்தமிழ் மணம் வீசும் நடையில் அமைந்த தெளிவான அவரது பல வரிகள் பொன்மொழிகளாக வெகுசன இலக்கிய உலகால் கொண்டாடப்பட்ட நிகழ்வுக்காக.

நா.பா.வை அடையாளப்படுத்தி நினைவூட்டும் அவரது ஒரு 'பொன்மொழி'யோடு இந்தச் சிறிய அறிமுகக் குறிப்பை முடிக்கலாம்.

பன்னிரண்டிலிருந்து பதினெட்டு வரையுள்ள வயது, ஆண் பிள்ளைகளின் வாழ்க்கையில் மிக முக்கிய

மானது. எண்ணெய் வழுக்குகிற கையில், கண்ணாடித் தம்பளரை எடுத்துக்கொண்டு, கல்தரையில் நடந்து போகிற மாதிரிப் பருவம் இது. இந்த வயதில் நல்ல பழக்கங்கள் கீழே விழுந்து சிதறிவிட்டால் ஒன்றுதிரட்டி உருவாக்குவது கடினம் (குறிஞ்சி மலர்).

பழ. அதியமான்

நினைவோடை
**நா. பார்த்தசாரதி**

**சுரா:** பேசிக்கொண்டுவரும் சமயத்தில் பல ஆட்களை முதல்தடவையாக எப்பொழுது சந்தித்தேன் என்பது பற்றிச் சந்தேகம் இருக்கிறதென்று சொல்லிக்கொண்டிருந்தேன் ஆனால் சில ஆட்களைச் சந்தித்ததைப் பற்றிச் சந்தேகமே இல்லை. நா. பார்த்தசாரதியை எங்கே சந்தித்தேன், எத்தனை மணிக்குச் சந்தித்தேன் என்பதெல்லாம் கூடத் துல்லிய மாக நினைவிருக்கிறது.

நாகர்கோவிலில் நடந்த எழுத்தாளர் மகாநாட்டிற்கு – ஐம்பத்தைந்து ஐம்பத்தாறில் சாமிநாதசர்மா தலைமைவகித்த மகாநாட்டிற்கு – பார்த்தசாரதி கலந்துகொள்ள வந்திருந்தார். என்னைச் சந்திக்க எங்கள் கடைக்கு வந்தார்.

**அரவிந்தன்:** அவரை உங்களுக்கு எப்படித் தெரியும்?

நான் எழுத்தாளர் என்பதால்தான். அப்பொழுது அவர் எழுத ஆரம்பிக்கவே யில்லை. ஆனால் இளம் எழுத்தாளர்களைக் கூடக் கூச்சமில்லாமல் போய்ப் பார்ப்பார். பின்னால் அவர் பெரிய ஸ்டார் ரைட்டர் ஆனபிறகும்கூட அதைத் தொடர்ந்து செய்து கொண்டுதான் இருந்தார்.

என் அனுபவத்தில் அவருக்கு நல்ல எழுத்துக்கள் மட்டும்தான் பிடிக்கும்.

அப்படித்தான் என்னை, நம்பியை எல்லாம் இனங்கண்டு கொண்டவர்.

அதுமாதிரி பாரதியிலிருந்து ஆரம்பித்து க.நா.சு. முதல் எல்லா எழுத்தாளர்களையும் ஒன்றுவிடாமல் படித்திருக்கிறார். கமர்சியல் எழுத்தாளர்கள் பேரில் அவருக்கு மதிப்பே கிடையாது. எப்பவுமே இந்த வகையான எழுத்தாளர்கள் பற்றித்தான் பேசுகிறார். அவர்களுடைய புத்தகங்களைத்தான் பாராட்டுகிறார். அவருடைய பத்திரிகையிலும் இந்த மாதிரி எழுத்தாளர்களுக்குத்தான் முக்கியத்துவம் கொடுக்கணுமென்று நினைக்கிறார். ஆனால் அவர் ஏன் இப்படி எழுதுகிறார், என்ன காரணம் என்று ஒருமுறை அழகிரிசாமி என்னிடம் கேட்டிருக்கிறார். எனக்கும் கடைசி வரைக்கும் அதைப் புரிந்துகொள்ள முடியவில்லை என்பதுதான் உண்மை.

அவருடைய எழுத்துமுறைக்கு, பிரபலமாக எழுதுபவர்களுடைய பேரில்தான் மதிப்பிருக்கணும். கு.ப.ரா., புதுமைப்பித்தன் போன்ற எழுத்தாளர்கள் வாழ்க்கையில் மிகவும் கஷ்டதசையில் இருந்திருக்கிறார்கள் என்பதெல்லாம் அவருக்குத் தெரியும். கூட்டங்களில் பேசும்போது அதை அடிக்கடி குறிப்பிடுவார். எந்த விதத்தில் பார்த்தாலும் அவர் பாரதி, மணிக்கொடி வாரிசாகத்தான் இருந்திருக்கணும்.

கல்கி வாரிசாகவோ, சில சமயம் தேவனுடைய வாரிசாகவோகூட உட்கார்ந்து எழுதிவிடுவார். இது என்ன என்று புரியாத முரண்பாடாகத்தான் கடைசிவரை எனக்கு இருந்திருக்கிறது.

கல்கி பிரபலமாக கமர்சியலாக எழுதினால்கூட அவர் எழுத்தில் இல்லாத ஒரு துடிப்பு பார்த்தசாரதி எழுத்தில் இருக்கிறது. பாரதி, விவேகானந்தர் மாதிரியானவர்களிடம் கடன் வாங்கிய துடிப்பு.

நவீன இலக்கியத்துல இரண்டுபேர்தான் பழந் தமிழை ஆசையோடு படித்தவர்கள். ஒருவர் அழகிரிசாமி.

இன்னொருவர் நா. பா. அழகிரிசாமி நன்றாகவே படித்திருக்கிறார். புதுமைப்பித்தன்கூட என்னுடைய அபிப்பிராயத்துல அழகிரிசாமி, ரகுநாதன் மாதிரி தமிழை ஆழ்ந்து படித்தவர் என்று சொல்லமுடியாது. ஆனால் சூட்சுமத்தைப் புரிந்துகொண்டுவிடுவார். புதுமைப்பித்தன் பழந்தமிழ் பற்றிப் பேசினால் வையாபுரி பிள்ளைகூட ஆழ்ந்து கவனிப்பார். அந்த அளவுக்கு அவருக்குச் சமாச்சாரங்கள் தெரியும்.

அழகிரிசாமி பரவலாகத் திருக்குறள் முதல் பிரபந்தங்களெல்லாம்கூட ஆழ்ந்து படித்திருக்கிறார். அவரும் தமிழை முறையாகப் படித்ததில்லை. ஸ்கூலில் படித்ததுதான். புலவர் பட்டம் ஒன்றும் வாங்கியதில்லை. அதைவிட்டால் நா. பார்த்தசாரதி மதுரைத் தமிழ்ச் சங்கத்தில் சேர்ந்து படித்தார். அவருக்குத் தமிழ் படிப்பில் அபாரமான ஆர்வம். அப்பொழுது அவருடைய நடையே தமிழ் சங்கத்தில் படித்த மாணவர்கள் எப்படி எழுதுவார்களோ அப்படித்தான் இருந்தது. அந்தத் தமிழ்ச் சங்கம் ஐம்பது அறுபது வருட பழமையான சங்கமாக இருந்தால்கூட ஆச்சரியப்படுவதற்கில்லை. அந்தச் சங்கத்தில் படித்த மாணவர்களின் மார்க் சம்பந்தமான ரெக்கார்டை உடைத்து, பார்த்தசாரதி மேலே போய் விட்டார். தமிழ் டீச்சர்களுக்கெல்லாம் அவரிடம் அபாரமான பிரியம். பின்னால் பெரிய ஆராய்ச்சியாள ராகவோ, தெ.பொ. மீனாட்சிசுந்தரம் பிள்ளை மாதிரி பெரிய அவுட்ஸ்டாண்டிங் ஸ்காலராகவோ வந்து, கல்லூரியில் ப்ரொஃபஸராக வேலைபார்த்து வி சி லெவல்வரை வருவதற்கான மூளை என்பது அவரைப் பற்றிய பரவலான அபிப்பிராயமாக இருந்தது. எல்லாரிடமும் இங்கிதமாகப் பழகுவார். நாம் நினைப்பதைவிட வசதி குறைந்தவராக இருந்தார்.

படிப்பு முடிந்து வந்ததும் கி.வா. ஜகந்நாதனுக்கும் அவருக்கும் உறவு ஏற்பட்டது. பொதுவாக, கி.வா.ஜ. ஒரு ஊருக்கு வந்தால் அவரைத் தவறாமல் பார்க்கக்கூடிய

தமிழ் ஆட்கள் குறைந்தது முப்பது பேராவது இருப்பார்கள். எங்கள் ஊரிலும் சிவாஜ கோஷ்டி என்று ஒன்று இருந்தது. ரொம்ப ரசமாகப் பேசுவார். அவர் பேசமாட்டார் என்று நினைக்கக்கூடிய சில விஷயங்களையும் பேசுவார்.

அவருக்கு நட்பில் நெருக்கம் ஏற்பட்டுவிட்டால் அவர்களை மறக்கவே மாட்டார். அவர்களுடன் உறவு ஏற்பட்டுவிடும். எல்லா நண்பர்கள் வீடுகளிலும் போய்ச் சாப்பிட்டிருக்கிறார். நண்பர்களின் மனைவிகளின் பெயர், குழந்தைகள் பெயர், வீட்டில் என்ன பிரச்சனைகள் எல்லாம் தெரியும், அபாரமான ஞாபகசக்தி. போனதடவை வந்திருந்த போது உங்கள் அம்மாவுக்கு ஆஸ்துமா பிரச்சனை என்று சொன்னீர்களே, இப்போ எப்படி இருக்கிறது என்றெல்லாம் விசாரிப்பார். நிறைய ஜோக் அடிப்பார். ஆனால் இன்று தமிழில் அவருக்கென்று பெயரில்லாமல் இருக்கிறார்.

**நிறைய துணுக்குகளில் அடிபடுகிறாரே.**

துணுக்குகளில் அடிபடுகிறார் சரி. ஆனால் அறிஞர்கள் வரிசையில்? அவர் எவ்வளவு புத்தகங்கள் எழுதியிருக்கிறார் தெரியுமா? தமிழைச் சுலபமாகக் கற்றுக்கொள்வதற்கான புத்தகங்கள் எவ்வளவோ எழுதியிருக்கிறார்.

'பயப்படாதீர்கள்' என்ற தலைப்பில் தொல்காப்பியத்தை அறிமுகப்படுத்தியிருக்கிறார். இந்த மாதிரி நிறைய புத்தகங்கள். சைவ சித்தாந்தத்தில் அவருக்கு அதிக ஈடுபாடு இருந்தாக்கூட பொது புத்தகங்களில் நிறைய ஈடுபாடு உண்டு. முக்கியமாக திருக்குறளில்.

திருவள்ளுவர் முதல் பாரதியார்வரை பேச ஆரம்பித்தா ரென்றால் ரொம்ப கவனித்துக் கேட்கும்படிதான் பேசுவார். மிகைப்படுத்திச் சொல்வது, உளறல், சபைக்கு ஒவ்வாத நகைச்சுவை இதெல்லாம் அவரிடமிருந்து வரவே வராது.

சின்ன வயசில நானும் நம்பியும் அவருடைய பேச்சை முப்பது, நாற்பது தடவையாவது கேட்டிருப்போம்.

பார்த்தசாரதி சிறிய வயதில் தமிழ் நூல்களை முறையாகப் படித்திருக்கிறார். இலக்கணம் சம்பந்தமாக எவ்வளவு நுட்பமான கேள்விக்கும் அவரால் பதில் சொல்லமுடியும். பண்டிதராகத் தேர்ச்சி பெற்றவராயிற்றே. கலைமகளில் பத்தி வந்துகொண்டிருந்தது. இலக்கணம் சம்பந்தமான கேள்விகளுக்குப் பதில் எழுதுவார். கி.வா.ஜ.வின் கேள்விகளுக்கும் துல்லியமாகப் பதில் சொல்லியிருக்கிறார். நல்ல நினைவாற்றல்.

ஜகந்நாதன் ஒரு கட்டத்தில் இவரைக் கூப்பிட்டுச் சொன்னாராம். 'நீ நன்றாக படித்திருக்கிறாய். நல்ல தமிழ் அறிவு இருக்கிறது. நீ எங்கள் பக்கம் பார்த்து வரவேண்டாம். எங்கள் காலங்களெல்லாம் முடிந்து போய்விட்டது. கல்கி பக்கம் பார்த்துப் போ. சிறுகதை, நாவல், ஹாஸ்யக் கட்டுரைகள் இதெல்லாம் எழுதினாயானால் தமிழ்நாட்டில் பிரபலமாகிவிடலாம். அதுதான் நீ செய்யவேண்டுமென்று எதிர்பார்க்கிறேன்' என்றாராம். அதென்னமோ பார்த்தசாரதி மனசில் அது ஆழமாகப் பதிந்துவிட்டது.

அதற்கு முன்னால் பத்திரிகைகளில் சில இலக்கண விஷயங்கள், தர்க்கங்கள் போன்றவைகளைக் கணிசமாக எழுதியிருக்கிறார். தினம் எழுதக் கூடியவர்.

மகாநாட்டுக்கு வந்திருந்தபோது எங்கள் கடைக்கு வந்து அறிமுகப்படுத்திக்கொண்டு பேசிக்கொண் டிருந்தார். எனக்குப் பின்னால் எழுத வந்தவர்கள் பலர் பாப்புலாரிட்டியிலும் மற்ற விஷயங்களிலும் எனக்கு எவ்வளவோ முன்னால் போய்விட்டார்கள். அதிலொருவர் பார்த்தசாரதி.

மகாநாட்டு மலரில் கன்னியாகுமரி மாவட்டத்தைப் பற்றி நான் அறிமுகக் கட்டுரையொன்று எழுதியிருந்தேன். பேச்சுக்கு நடுவில், 'அந்தக் கட்டுரை முழுக்க மகாநாடு என்று போட்டிருக்கிறீர்கள். மாநாடு என்றுதான் போடவேண்டும்' என்றார். 'அப்படியா? எனக்கு அந்த விஷயமே தெரியாதே.

நா. பார்த்தசாரதி

எங்கள் பக்கத்தில் மகாநாடு என்றுதானே சொல்லுவோம்' என்றேன். 'அதெல்லாம் அஞ்சு பத்து வருஷத்துக்கு முன்னால் வழக்கத்திலிருந்தது. அரசியல்வாதிகள் வேண்டுமானால் அப்படி போடுவார்கள். ஆனால் தமிழ் படித்தவர்கள் மாநாடு என்றுதான் போடுவார்கள்' என்றார். 'அப்படியா, நானும் மாற்றிக் கொள்கிறேன்' என்றேன். இந்த மாதிரி சில விஷயங்களைப் பேசிக்கொண்டிருந்தார். என் கதைகள் பற்றி, நம்பி கதைகள் பற்றி, க.நா.சு. போன்ற தமிழின் முக்கிய எழுத்தாளர்கள் பற்றியெல்லாம் பேசிக்கொண்டிருந்தார்.

'நான் ஒரு வாரம் இங்கு தங்கலாமென்று நினைத்துக் கொண்டிருக்கிறேன். ஓட்டலில் அறை போட்டுத் தர முடியுமா' என்று கேட்டார். 'நீங்கள் எங்கள் வீட்டிலேயே தங்கலாமே' என்றேன். 'நமக்குள் நல்ல பழக்கம் ஏற்பட்ட பிறகு அப்படிச் செய்யலாம், இப்பொழுது நான் அறை போட்டுத் தங்கவே விரும்புகிறேன்' என்றார். எங்கள் கடைக்கு அருகில் கிருஷ்ண பவன் என்ற புதிதாக கட்டிய ஓட்டலில் கடைப் பையன் மூலம் அறை ஏற்பாடு செய்து கொடுத்தேன்.

தினம் மாலை அவரைச் சந்திக்க நானும் நம்பியும் ஓட்டல் அறைக்குப் போவோம்.

மலையாளப் பின்னணியில் வளர்ந்த எங்களுக்கு அவருடைய செயல்பாடுகளெல்லாம் வித்தியாசமாக இருந்தன. அவர் சில சமயங்களில் தார்மீகக் கோபங்களெல்லாம் அப்பப்போ காட்டுவார். இங்குள்ள அரசியல்வாதிகளெல்லாங்கூட இந்த மாதிரி விஷயங்களை வெளிப்படுத்தமாட்டார்கள். இந்தமாதிரி ஒன்றல்ல, பல விஷயங்கள் எங்களுக்கு வேடிக்கையாக இருந்தது

ஒரு நாள் நம்பி அவருடைய அறையிலிருந்த குமுதத்தைப் படித்துக்கொண்டிருந்தான். அதில் ஒரு பகுதியை அவரிடம் சுட்டிக் காண்பித்தான். நாங்கள் அதற்குள் சகஜமாகப் பழக ஆரம்பித்திருந்தோம்.

அவருக்கென்று சில அடையாளங்களைக் கடைபிடிப்பார். பத்து வருஷத்துக்கு ஒரு சூட்கேஸ். பிறகு அதை மாற்றிவிடுவார். அவருடைய நிலைமையைப் பொறுத்துப் பெட்டியின் தரம் மாறும். பின்னால் ரொம்ப பிரபலமாகிவிட்டதால் கார்ட்டூன் போடுபவர்களுக்கு வசதியாக சில அங்க அடையாளங்களை வைத்துக் கொண்டிருந்தார். இதெல்லாம் அவர் மனதில் யோசிக்கிறார் என்பதில் சந்தேகம் கிடையாது. ஐம்பதாவது வயதில் எப்படி இருப்போம், அறுபதாவது வயதில் எப்படி இருப்போம் என்பதைப் பற்றியெல்லாம் அவருக்கு முன் யோசனை இருந்தது. நாங்களெல்லாம் தன்நிலை மறந்துதான் நடமாடிக்கொண்டிருக்கிறோம். இன்றைக்குத் தோன்றுகிற காரியத்தை இன்றைக்குச் செய்கிறோம். நாளைக்குத் தோன்றுகிற காரியத்தை நாளைக்குச் செய்வோம்.

நம்பி குமுதத்தில் அந்தப் பகுதியைக் காண்பித்தான். அதில் என்ன எழுதியிருந்தது என்பது எனக்குத் தெரியாது. பார்த்தசாரதி அதைப் படித்துவிட்டு அதை ஜன்னல் வழியாக வீசி எறிந்துவிட்டார். அது சாலையின் முன் பகுதி. பின் பகுதிகூட இல்லை. பஸ்களும் ஆட்களும் போய்க்கொண்டிருக்கும் சிமெண்ட் ரோடு. ‘ஸார், நீங்க என்ன செய்யறீங்க’ என்று கேட்டேன்.

அவருடைய தார்மீக ஆவேசத்தில் அது சாலையின் முன் பக்கமா இல்லை பின் பக்கமா என்றெல்லாம்கூட அவருக்கு யோசிக்க முடியவில்லை. நான் இந்த விஷயத்துக்கெல்லாம் எதிரானவன் என்று கோபித்துக்கொண்டார். ஏதோ குட்டி விஷயம். ஆபாசமாக எழுதியிருந்திருக்கலாம். கடுமையாக இந்தப் பத்திரிகைகளை எல்லாம் சாடினார். தமிழ்நாட்டைக் கெடுக்கத்தான் வந்திருக்கிறான் என்றெல்லாம் கத்தினார். அரசியலிலெல்லாம் சம்பந்தப் பட்டுக் கொண்டிருந்தாலும் சமூக ஒழுக்கத்தில் ரொம்ப அக்கறை உண்டு. பணம் வீணாக்கக்கூடாது. பெண்களிடம் கேவலமாக நடந்து கொள்ளக்கூடாது. திருடக்கூடாது. ஆட்களிடம் பணிவுடன் நடந்துகொள்ள வேண்டும்.

இந்த மாதிரி நிறைய தமிழ் பண்பாடுகள் உண்டே அதை வாழ்நாள் முழுக்க நம்பியது மாத்திரமல்ல, கடைசிவரை கடைப்பிடித்திருக்கிறார்.

விதிவிலக்காக உணவு சம்பந்தமாகத் திருக்குறளில் சொல்லியிருக்கிறதே அதையெல்லாம் அவ்வளவாகக் கடைப்பிடிக்கவில்லை. அவர் இஷ்டத்துக்குத்தான் செய்து கொண்டிருந்தார். கடிதங்கள் வந்தால் காந்தி, ராஜாஜி எல்லாம் உடனுக்குடன் பதில் எழுதுவார்கள் என்கிற மரபு உண்டுமில்லையா? அதுபோல் ஒழுங்காக உடனுக்குடன் பதில் எழுதுவார். கையெழுத்து அற்புத மாக இருக்கும். எனக்குத் தெரிந்து இரண்டு மூன்று பேர்களுக்குத்தான் கையெழுத்து ரொம்ப அழகாக இருக்கும். முதலில் ரகுநாதனின் கையெழுத்து. அழகாக வும் இருக்கும், அதில் ஒரு ஸ்டைலும் இருக்கும். அவருக்கு இப்பொழுது எண்பது வயதிருக்கலாம். கூர்ந்து பார்த்தால் சின்ன விறையல் தென்படலாம். ஆனால் கையெழுத்து கிட்டத்தட்ட அப்படியேதான் இருக்கிறது. எனக்கெல்லாம் கையெழுத்து மோசமாகி விட்டது. வல்லிக்கண்ணன் உருட்டிஉருட்டி அழகாக எழுதுவார். தெளிவாக இருக்கும். ஆனால் ஸ்டைலாக இருக்காது. பார்த்தசாரதியோட கையெழுத்து சின்ன ஸ்டைலுடன் ரொம்ப அழகாகப் பிரமாதமாக இருக்கும். அவசரப்பட்டு எழுதும்போதும் நிதானமாக எழுதும்போதும் ஒரே மாதிரிதான் இருக்கும். கார்டு எழுத ஆரம்பித்தாரானால் கிடுகிடுவென்று எழுதிக் கையெழுத்து போடுவதுவரை அப்படியே அழகாகப் போய்விடும். இரண்டு நிமிடத்துக்குள் எழுதிவிடுவார். இதெல்லாம் பார்த்து நாங்கள் வியந்து அவரிடம் சொல்லியிருக்கிறோம். நிறைய உடைகள் வைத்துக் கொண்டிருப்பார். தினம் நாலு தடவையாவது குளிப்பார். பின்னால் சென்னையில் ஓட்டல் ரூமில் அவருடன் தங்கி இருக்கும்போதுதான் இந்தப் பழக்கத்தைக் கவனித்தேன்.

'இப்படி விட்டெறிந்துவிட்டீர்களே. ஆட்களின் மேல் பட்டுவிடாதா' என்று கேட்டபொழுது கட்டுக் கடங்காமல் கோபம் வந்துவிட்டது. கன்னாபின்னா வென்று இந்த மாதிரி எழுதுகிறவர்களை, ஆபாசத்தைப் பரப்புகிறவர்களை, பத்திரிகைகளைத் திட்டினார்.

ஆனால் இந்த மாதிரி பத்திரிகைகளுக்கு எழுதவே மாட்டார் என்று நினைத்தது தப்பாகப் போய்விட்டது. இன்னுமொரு விஷயம் ஆச்சரியமாக இருந்தது. சதங்கை ஆசிரியர் வனமாலிகையிடமிருந்து வந்த கடிதம் ஒன்றைக் காட்டி, எனக்கு அவரைப் பார்க்கணுமே என்றார். வனமாலிகையின் உண்மைப் பெயர் செல்லம். எங்களுக்கு அவரை அப்பொழுது அவ்வளவாகத் தெரியாது. அவர் கிட்டத்தட்ட முப்பது கிலோ மீட்டர் தள்ளி குலசேகரம் என்ற தேயிலைத் தோட்டம் இருக்கக்கூடிய ஊரில் பள்ளி ஆசிரியராக இருந்தார். 'அது ஒரு பின்தங்கிய கிராமம். நாங்களெல்லாம் போனதே இல்லை. பஸ்ஸெல்லாம் எப்படிப் போகும் என்று விசாரித்துச் சொல்கிறேன்' என்றதும், 'நீங்கள் இரண்டுபேருமே என்கூட வரலாம். ஆனால் உங்களுக்குக் கடை இருப்பதால் அசௌகரியமாக இருக்கும். நம்பி மட்டும் என்கூட வரட்டும். பஸ் வேண்டாம், டாக்ஸியிலேயே போய்விடுவோம்' என்றார். 'முன்பின் தெரியாத ஆளைப் பார்க்க போகிறீர்கள். என்ன ஸார் கண்டமானம் பணம் ஆகாதா' என்று நம்பி கேட்டான்.

'எனக்கு வாசகர்கள்தான் தெய்வம்' என்று சொல்லி விட்டார். அவர்கள் இருவரும் டாக்ஸியில் அங்கு போனதும் யாருக்குமே வனமாலிகையைத் தெரிய வில்லை. பத்திரிகைகளிலெல்லாம் கதை எழுதுவார் போன்ற அடையாளங்கள் சொல்லியும் கண்டுபிடிக்க முடியவில்லை. ரொம்ப சிரமப்பட்டுத்தான் அவரைக் கண்டுபிடித்தார்கள். வனமாலிகைக்கு இவரைப் பார்த்த வுடன் நம்பவே முடியலை.

நா. பார்த்தசாரதி

பார்த்தசாரதி ஆஜானுபாகுவான தோற்றம். பார்ப்பதற்கு நடிகர் மாதிரி இருப்பார். அரண்மனை சிம்மாசனத்தில் உட்கார்ந்திருப்பது போல்தான் நம் வீட்டு நாற்காலியில் உட்கார்ந்திருந்தாலே தோன்றும். இந்த மாதிரி ஆள் குலசேகரத்துக்கு வந்தவுடனே ஆட்கள் கூட்டம் கூடியது, இவரை வனமாலிகை எப்படி உபசாரம் பண்ணப்போகிறார் என்று பயந்தது எல்லாம் நம்பி என்னிடம் வந்து தத்ரூபமாக வர்ணித்தான். 'இவர் இந்த மாதிரி நாலைந்து கடிதங்கள் வைத்துக்கொண்டிருப்பாரோ? அப்படியானால் டாக்ஸிக்கு பணம் கொடுத்து முடியாதே' என்று கேட்டேன். வேறு இருப்பதுபோல் தெரியவில்லை. வனமாலிகைதான் இவர் கதைகளில் மயங்கி, "உங்களைப் பின்பற்றிக் கதை எழுதுவதுதான் என் லட்சியம்" என்று கடிதம் போட்டிருக்கிறார்.

இந்த மாதிரி விஷயங்களெல்லாம் ரொம்ப சிரத்தை யோடு செய்வார். பின்னால் நட்சத்திர எழுத்தாளர் ஆனபிறகு அதற்கெல்லாம் நேரம் இல்லாமலாகி விட்டது. ஆனால் கடிதங்களுக்கு உடனுடன் பதில் எழுதிவிடுவார்.

ஊருக்குக் கிளம்புவதற்கு முன்னால் கன்னியா குமரிக்குப் போய் வந்தோம். கன்னியாகுமரிக்கு டாக்ஸியில் போவதற்குத்தான் விரும்பினார். பஸ்ஸில் வசதியாகப் பதினைந்து நிமிஷத்தில் போய்விடலாம், பஸ்ஸில் கூட்டமே இருக்காது என்று சொல்லி அழைத்துப் போனோம். எதனாலேயோ அவர் டாக்ஸியில்தான் போகணும் என்று நினைத்த காலகட்டம் அது.

பின்னால் அவருடைய குடும்பத்தினருடன் பழகி அவரைப் பற்றிய முழு விவரங்களையும் தெரிந்து கொண்டிருக்கிறேன். பஸ்ஸில் போவதற்குக்கூட வசதி யில்லாத ஏழை குடும்பத்தைச் சேர்ந்தவர் என்று. ஏதோ காரணத்தினால்தான் இந்த மாதிரி செய்கிறார் என்று தோன்றியது. ஆடம்பரத்தில் ஆசை உள்ளவரே இல்லை.

அவருக்குக் கல்கி பத்திரிகையுடன் பலமான தொடர்பு ஏற்பட்டிருக்கிறது. தேடி வந்த தொடர்பு அது. கல்கி காலமான பிறகு அந்தப் பத்திரிகையில் பெரிய இடைவெளி ஏற்படுகிறது. கல்கியின் மகன் இராஜேந்திரன் கவனித்துக்கொண்டிருந்தாலும் பத்திரிகைக்குப் பலமான முகம் ஒன்று தேவைப்படுகிறது. பார்த்தசாரதி சிறு வயது, ஒழுங்கான ஆள், கெட்ட பழக்கங்கள் கிடையாது, சண்டை சச்சரவிலெல்லாம் ஈடுபடமாட்டார் என்பதைக் கேள்விப்பட்டு அவரைத் தொடர்பு கொண்டார்கள். ஆனால் அவர் பின்னால் முரண்டு பண்ணி அவர்களுக்கு மிகப் பெரிய பிரச்சனையை உருவாக்கிவிட்டார். பின்னால்தான் அந்த முகம் எங்களுக்கும் தெரிந்தது.

இவரைச் சென்னைக்கு வரவழைத்து சில ஏற்பாடு களெல்லாம் செய்திருக்கிறார்கள். அது அவருக்கு மிகப் பெரிய தாவல். பத்து வருஷத்திற்குப் பிறகு அவர் வாழ்க்கையில் என்ன என்ன மாற்றங்கள் ஏற்படுமோ அது இன்னும் ஒரு வாரத்துக்குள் நடந்துவிடும். அவர்களே சொல்லியிருக்கிறார்கள். கல்கி பத்திரிகைக்குக் கௌரவம் ஏற்படும்படி நடந்துகொள்ள வேண்டும். சும்மா குதிரை வண்டியில் போவது, ரோட்டில் நின்று ஆட்களுடன் பேசிக்கொண்டிருப்பது மாதிரி விஷயங்களெல்லாம் செய்யக்கூடாது என்று. அந்த கௌரவத்தையும் காப்பாற்று வதற்காக அவர் இந்த மாதிரி யோசித்திருக்கலாம்.

கன்னியாகுமரிக்குப் போனதும் சொன்னார், 'எனக்கு கன்யாகுமரிக்கு வந்ததற்கு நோக்கமிருக்கிறது. நான் பாண்டிமாதேவி என்று ஒரு நாவல் எழுதப்போகிறேன்— உண்மையில் அது தொடர்கதை — என் மனதில் வெகு நாட்களாக ஊறிக் கிடக்கும் விஷயம் அது.' அதற்குச் சில பாடல்களெல்லாம் சொன்னார். எனக்கும் நம்பிக்கும் புரியவேயில்லை. எங்களுக்கு அதைக் கேட்பதில் அக்கறை யும் இல்லை. பழைய பாடலில் வரும் பெண்ணை நூறு வருடங்கள் தள்ளிக்கொண்டு வந்து ஏதேதோ

நா. பார்த்தசாரதி

ஜோடனைகள் செய்ய வேண்டுமென்பது அவருடைய பிளான். அவரவர்கள் இருக்கிற இடத்திலேயே இருந்து கொண்டிருக்கட்டுமே என்பது மாதிரிதான் இருந்தது எங்கள் இருவருடைய மனோபாவமும்.

'இந்த நாவலைப் பத்துப் பதினைந்து அத்தியாயங்கள் எழுதிவிட்டு சதாசிவத்திற்கு அனுப்பிக் கொடுக்கப் போகிறேன். அவரும் மற்றவர்களும் படித்துவிட்டு தமிழ்நாடு முழுக்க பெரிய அளவில் விளம்பரம் செய்யப் போகிறார்கள். பெரிய அளவில் வால்போஸ்டர் பண்ணி – கல்கிக்குக்கூடச் செய்தது கிடையாது – எனக்குத்தான் செய்யப் போகிறார்கள்' என்று ஆசையோடு சொன்னார். 'பாண்டிமாதேவி என்கிற தலைப்பு உங்களுக்குப் பிடித்திருக்கிறதா? தொடர்ந்து எல்லாரிடமும் கேட்டுக்கொண்டிருக்கிறேன்' என்றார். தொடராக வர ஆரம்பித்த பிறகு அந்தப் பெயரைக் கேட்டுப் பழகிவிட்டது. அவர் அன்று கேட்கும்போது அந்நியமாகத்தான் இருந்தது. மேலும் சரித்திர நாவலே எனக்குப் பிடிக்காது. அதன்பேரில் அவசியமில்லாத கோபம் எங்களுக்கு இருக்கிறது. நம்பிக்காவது ஓரளவு பிடிக்கும், அதைச் சாதாரணமாகவே எடுத்துக்கொண்டார். விமர்சனமாக எடுத்துக்கொள்ளவில்லை.

'ஆரம்ப அத்தியாயத்தைக் கன்னியாகுமரியில் வைத்து எழுதவேண்டுமென்று நான் ஒரு சபதம் மேற்கொண்டிருக்கிறேன்' என்றார். அங்கு புதிதாக கட்டிய மீனாக்ஷி பவன் என்கிற ஓட்டலில் அவருக்கு அறை ஏற்பாடு செய்தோம். கன்னியாகுமரி கிராமத்திலிருக்கும் ஏழை மாமிகளிடம் முன்கூட்டிச் சொல்லிவைத்தால் உணவு தயார் செய்து தருவார்கள். அநேகமாக வருடம் ஆயிரத்து தொள்ளாயிரத்து ஐம்பத்தாறு, ஐம்பத்தேழாக இருக்கலாம். பாண்டிமாதேவி எந்த வருடம் தொடர்கதை யாக வந்ததென்று கவனித்தால் தெரிந்துவிடும்.

ஒருவேளை அந்தத் தடவை போய்விட்டு நாபா பின்னால் வந்தும் எழுதியிருக்கலாம். எதுவானாலும்

ஐம்பத்தொன்பது, அறுபது தாண்டியிருக்காது என்பது நிச்சயம்.

நாங்கள் கிளம்புவதற்கு முன்னால், 'ஒரு நாளை எப்படி கழிப்பதாக பிளான் செய்திருக்கிறீர்கள்' என்று கேட்டேன். அவர் விசேஷமாக யோசனை செய்திருப்பார் என்பது தெரியும். 'நாளைக் காலை நாலு மணிக்கு எழுந்திருப்பதாக நினைத்திருக்கிறேன்' என்றார்.

'வழக்கமாக எத்தனை மணிக்கு எழுந்திருப்பீர்கள்'.

'சூரிய உதயத்துக்கு முன்னால் எழுந்துவிடுவேன். படிப்பது, எழுதுவதென்று நாள் விறுவிறுப்பாகப் போய்க்கொண்டிருக்கும்' என்றார்.

வாழ்க்கையை ஒழுங்குபடுத்தி வைத்துக்கொள்ள வேண்டும் என்கிற ஆதர்சங்கள் நிறையவே அவருக்கு இருந்தன. ரொம்ப சிஸ்டமேட்டிக். மறைமலை அடிகள், கி.வா. ஜகந்நாதன், திரு.வி.க. போன்றவர்களின் வாழ்க்கையைப் பார்த்து நாமும் கடைசிவரை இப்படித்தான் வாழணும் என்று உருவேற்றிவைத்துக்கொண்டிருக்கிறார். உணவு வகைகளை மட்டும் அவர் கொஞ்சம் குறைத்திருந்தாரென்றால் எண்பது எண்பத்தைந்து வயதுவரை வாழ்ந்திருப்பார். அவருக்குப் பிரமாதமான உடல் அமைப்பு. நோய் நொடியே வராது. டிபன் சாப்பிடுவதிலுள்ள பலகீனம் காரணமாகத்தான் அவருக்கு வியாதி வந்தது. மருத்துவர்கள் எச்சரிக்கை செய்த பின்புகூட அவரால் கட்டுப்படுத்த முடியவில்லை. கடினமான ஒழுக்கங்களையெல்லாம் அவரே ஏற்படுத்திக்கொண்டு நாற்பது, ஐம்பது வருடம் பின்பற்றியிருக்கிறார். சொல்லப்போனால் உணவு பலகீனம் காரணமாக தன்னைக் கொன்றுவிட்டார் என்றுதான் சொல்லவேண்டும்.

'நாலு மணிக்கு எழுந்து போய்க் கடலில் குளிப்பேன்' என்றார். 'நாலுமணி என்பது வெகு சீக்கிரம் என்று நினைக்கிறேன். நீங்கள் நாலைந்துபேர் குளிக்கும் சமய

மாகப் பார்த்து போங்க'ளென்று சொன்னேன். 'சரி, அப்படியானால் நாலரை மணிக்குப் போகிறேனே' என்றார்.

'குளித்துவிட்டுக் கடலுக்குள் கிழக்கு திசையைப் பார்த்து நின்றுகொண்டே தேவியைப் பிரார்த்தனை செய்வேன். தேவியை பிரர்த்தனை செய்யும்போதே ராமகிருஷ்ண பரமஹம்ஸர், விவேகானந்தர் போன்றவர்களும் தியானத்தில் வந்துவிடுவார்கள்'.

கிருபானந்த வாரியார் போன்ற சாமியார்களிடம் அவருக்கு ஈடுபாடு இல்லை. தியான லிஸ்டில் திருவள்ளுவரையும் வைத்திருந்தார். 'எனக்குக் கிட்டத்தட்ட ஐந்நூறு திருக்குறளாவது தெரியும். மனதுக்குள் சில குறள்களைத் தேர்வு செய்து வைத்திருக்கிறேன், அந்தக் குறளைச் சொல்லுவேன்' என்றார்.

குளித்த பிறகு கடலுக்குள் நின்று பிரார்த்திப்பது என்பது பெரிய நிகழ்ச்சி. சூரியன் உதித்து, அந்த ரேகைகளெல்லாம் அவர் முகத்தில் பட்டு ஆவேசம் அடைந்த பிறகுதான் கோவிலுக்குப் போவார். கோவிலில் என்ன செய்ய வேண்டும் என்பது பற்றி அவருக்கு பிளான் இருக்கிறது. சில பூஜை, அர்ச்சனைகள் முடித்து அர்ச்சகருக்குப் பணம் கொடுப்பார். கோவிலின் தெற்குப் பக்கந்தான் கடல் இருக்கிறது. அங்கு சுவர் இருந்தாலும் சுவருக்குப் பின்னால் கடல்தானே. கோவிலுக்குள் கடலைப் பார்த்து அமர்ந்து தியானம் செய்வார்.

'அறைக்குச் சென்று மூன்று நான்கு பக்கங்கள் எழுதுவேன். அதன்பின்தான் உணவு அருந்துவேன்' என்றார்.

'ரொம்ப விரிவாக பிளான் செய்திருக்கிறீர்கள். நாங்களெல்லாம் ஒரு நாள்கூட இப்படியெல்லாம் செய்தது கிடையாது. எட்டு மணிக்கு எழுந்து காப்பியைக் குடித்துவிட்டு குளிக்கக்கூடச் செய்யாமல் ஏதாவது எழுதுவோம்' என்றேன்.

'அப்படியெல்லாம் எழுதினாலும் நன்றாக எழுத முடியும். அதெல்லாம் ஒன்றும் தப்பே கிடையாது. எவ்வளவு

பேர் அப்படி எழுதிக்கொண்டிருக்கிறார்கள். நான் இப்படி எழுத ஆரம்பித்தேனானால் பாண்டிமாதேவி ஒழுங்காகப் போகும். நிறைய ஆட்கள் விரும்பிப் படிப்பார்கள். அப்படியெல்லாம் எதிர்பார்ப்புகள் இருப்பதால்தான் காரியங்கள் செய்யவேண்டியிருக்கிறது. நீங்களெல்லாம் எதிர்பார்ப்பு இல்லாமலே காரியங்கள் செய்கிறீர்கள்' என்று பாராட்டினார்.

'நீங்கள் காலையில் சீக்கிரம் எழுந்திருக்க வேண்டும். அதனால் சீக்கிரம் படுத்துக்கொள்ளுங்கள்' என்று சொல்லிவிட்டு நாங்கள் வந்துவிட்டோம்.

நானும் நம்பியும் பஸ்ஸில் வரும்போது இவர் எவ்வளவு வித்தியாசமான ஆள் என்றும் இந்த மாதிரி ஆளை நம் ஊரில் பார்த்ததில்லை, ரொம்ப நல்ல மனிதர் என்றும் பேசிக்கொண்டோம். சிறிது நேரம் கழித்து, 'இவருடன் நண்பனாக இருப்பது பத்துப் பதினைந்து வருடங்களுக்குப் பிறகு பிரச்னையாகத்தான் முடியும்' என்று தீர்க்கதரிசனம் போல சொன்னான் நம்பி. 'அப்படி ஒரு விஷயம் இருக்கிறது. அதற்காக இன்றைக்குப் பழகாமல் இருக்க வேண்டிய தில்லை. நாம் ஆசைப்பட்டோமானால் அவரிடமிருந்து கற்றுக் கொள்ள வேண்டியவை நிறைய இருக்கிறது. அவருக்குத் தெரிந்த விஷயங்கள்மேல் நமக்கு இருக்கக் கூடிய விருப்பம் குறைவாக இருக்கிறது' என்றெல்லாம் பலவிதமாகப் பேசிக் கொண்டு வந்தோம்.

பார்த்தசாரதி. கன்னியாகுமரியிலிருந்து இரண்டு நாட்களில் உடுப்பி கிருஷ்ண பவன் வந்து அறையில் தங்கிவிட்டுக் கடைக்கு வந்தார். 'நம்பியைப் பார்ப்போமா என்று கேட்டார். இருவரும் எங்கள் காரிலேயே போய் நம்பியிடம் பேசிக்கொண்டிருந்துவிட்டு அவனையும் அழைத்துக்கொண்டு ஓட்டல் அறைக்கே வந்தோம். இதில் ஒரு விஷயம் தெரிந்தது. ஓட்டல் ரூம் கணக்கை முடிக்காமல் அறையை வைத்துக்கொண்டே கன்னியாகுமரி போய்த் தங்கிவிட்டு வந்திருக்கிறார். எனக்கு இது அதிர்ச்சியாக இருந்தது. தேவையே இல்லை. நிறைய

அறைகள் இருக்கின்றன. இது முக்கியமான விஷயமாக இல்லாமல் இருக்கலாம். என்னுடைய குடும்பப் பின்னணியில் எனக்கு ரொம்ப முக்கியமான விஷயம். நான் இந்த மாதிரி செலவு செய்தால், குழந்தை மாதிரி விவரம் இல்லாமல் கன்னாபின்னாவென்று செலவு செய்கிறான் என்று அப்பா சொல்லுவார். அதெல்லாம் என் மனசில் ஆழமாகப் பதிந்திருக்கிறது. விளக்கைப் போட்டோமானால் வேலை முடிந்ததும் உடனே அணைக்க வேண்டும். மின்விசிறி வந்ததற்குப் பின் விளக்கைவிட மின் விசிறி முக்கியமானதாகிவிட்டது. ஒரு சுற்றுக்கூட வீணாகச் சுற்றக்கூடாது என்பதில் அப்பா கவனமாகிவிடுவார். அதே மாதிரி மையை விரயம் செய்வது பிடிக்காது. பேனா எழுதவில்லையானால் மையை உதறுவார்களே, வாழ்க்கையில் அவர் ஒரு தடவைகூட அப்படிச் செய்ததில்லை. அது எழுதாமல் இருக்காது. வாராவாரம் அதைச் சுத்தம் செய்து அவ்வளவு அழகாக வைத்துக்கொள்ளுவார். பேனாவை இன்னொரு ஆள் கையில் கொடுக்கவே மாட்டார். ரொம்ப ஆட்கள் எப்படி பர்ஸை மற்றவர்கள் கையில் கொடுக்கமாட்டார்களோ அது மாதிரி பேனாவை கொடுத்துப் பார்த்ததே இல்லை. இந்த மாதிரி பின்னணியில் வளர்ந்த எனக்குப் பார்த்தசாரதி நாகர்கோவில் ஓட்டல் ரூமைக் கணக்கு முடிக்காமல் கன்னியாகுமரியில் அறை எடுத்து இரண்டு நாட்கள் தங்குவது, மூன்றாவது நாள் இங்கு வந்து அதே அறையில் உட்காருவதெல்லாம் என்னவென்றே புரியவில்லை. 'பார்த்தசாரதி, 'நீங்கள் ஓட்டல் ரூமை காலி செய்துவிட்டே போயிருக்கலாமே' என்றேன். 'அறை தேடுவதற்கெல்லாம் எனக்குப் பொறுமை இல்லை. என் மனம் முழுக்க பாண்டிமாதேவிதான் இருக்கிறாள்' என்றார்.

இவர் வாழ்க்கையில் தோரணை ஒன்று உருவாக்க வேண்டுமென்று நினைக்கிறாரோ என்று லேசான சந்தேகம் தோன்றியது. பத்துப் பதினைந்து வருஷத்தில் அது வலுப்பட்டு உறுதியாகி நாம் நினைத்தது சரிங்கிற

மாதிரி ஆகிவிட்டது. பின்னாலே அவர் தன் வாழ்க்கை வரலாற்றை எழுதுவார் என்பதில் அவருக்குச் சந்தேகமே இல்லை. அது நடக்கவில்லையானால் இன்னொருவர் இவருடைய வாழ்க்கை வரலாற்றை எழுதுவார். அது லட்சியத்தோடுள்ள ஒரு சிறந்த மனிதரின் வரலாறாகத்தான் இருக்கும். உதாரணமாக நம்பிதான் அந்த வாழ்க்கை வரலாற்றை எழுதுகிறான் என்று வைத்துக்கொண்டால், நா.பா. குமுதத்தை ஜன்னல் வழி ரோட்டில் வீசி எறிந்தார் என்று எழுதுவது, பார்த்தசாரதி நாவலின் முதல் அத்தியாயத்தின் ஆரம்ப வரி போல் இருக்கிறது. உடனே அந்த இளைஞனுடைய கேரக்டர், அவன் எவ்வளவு ரோஷம் உள்ளவன், அவன் எந்த கலாச்சாரத்துக்கு எதிராக, ஆதரவாக இருக்கிறான் என்று சொல்லி கன்யாகுமரியில் போய் நாவல் எழுத ஆரம்பித்த வுடனேயே தமிழ் நாட்டிலுள்ள வாசகர்கள் எல்லோருக்கும் தெளிவாக இந்த கேரக்டர் யார் என்பது மட்டுமல்ல, அவன்பேரில் ஈடுபாடும் வந்துவிடும். எவ்வளவு தங்கமான பையன் என்று சொல்கிற அளவுக்கு அந்த விஷயத்தைச் செய்கிறார். இப்போது அந்த அத்தியாயத்தைத்தான் வாழ்க்கையின் மூலம் எழுதிக்கொண்டிருக்கிறார் அப்படிங்கிற எண்ணம் வந்தது. இப்படி எனக்குத் தெரிந்து உலகத்திலே ஒரு மனிதன் வாழ்ந்திருப்பானா என்பது சந்தேகந்தான். இந்த மாதிரி வாழ்க்கையை வாழவே முடியாது. இதை உறுதிப்படுத்த நிறைய சம்பவங்கள் எனக்கு அவருடன் ஏற்பட்டிருக்கிறது.

நம்பியிடம் அடிக்கடி சொல்வேன். அவன் 'எத்தனாவது அத்தியாயம்' என்று கேட்பான். 'இரண்டாம் பாகத்தில் நாற்பத்தி மூன்றாவது அத்தியாயம்' என்று சொல்லுவேன்.

ஒவ்வொரு நாளும் கல்கி அலுவலகத்துக்குத் தொலைபேசியில் பேசிக்கொண்டிருந்தார். எங்களுக் கெல்லாம் டிரங்கால் பற்றி யோசிக்கவே முடியாது. முதல் அத்தியாயம் எழுதி முடித்ததும் சதாசிவத்துக்கு போன் செய்தார். அதெல்லாம் அமோகமாக வந்திருக்கும்.

படித்துப் பார்க்காமலேயே தொலைபேசியிலேயே வாழ்த்துக்களும் சொல்லிவிட்டார் சதாசிவம். நன்றாக வந்திருக்கிறது என்றுதான் எனக்கும் தோன்றுகிறது என்று இவரும் சொன்னார். முதல் அத்தியாயம் என்பதால் அது நெருக்கடியான நிலைதான். அவருடைய வாழ்க்கையைத் தீர்மானிக்கக்கூடிய அத்தியாயம். எங்களுக்குப் படித்து காட்டவேண்டுமென்று அவருக்கு ரொம்ப ஆசை இருந்திருக்கிறது. ஆனால் எங்கள் இருவருக்குமே அது தோன்றவேயில்லை.

பார்த்தசாரதி ஊருக்குப் போன பிறகு, அவர் ஏமாற்றத்துடன்தான் போயிருக்கிறார் என்று நம்பி சொன்னான். ஏன் நாம் நன்றாகத்தானே கவனித்தோம். நன்றாகத்தானே பேசிக்கொண்டிருந்தார். அவருக்கு ஒரு அத்தியாயம் எழுதியதும் யாருக்காவது படித்துக் காண்பிக்க வேண்டும். அதற்கு இங்கு வழியில்லை. அதை அவ்வளவு பெரிய விஷயமாக எடுத்துக்கொள்ளமாட்டார். அவர் எப்படி விசித்திரமான போக்குள்ளவராக இருக்கிறாரோ அது மாதிரி நாமும் விசித்திரமானவர்கள்தான். ஆரம்பத்திலேயே அவர் அதைத் தெரிந்துகொள்வது நல்லதுதான். புரிந்து கொண்டுவிட்டார். அதன் பின் அந்த மாதிரி எதிர்பார்ப்பு இல்லை. புத்தகம் வெளிவந்ததும், எனக்கும் நம்பிக்கும் பிரதி அனுப்புவார். அந்தப் புத்தகத்தை நாங்கள் படிப்பதற்கே நாலைந்து மாதங்களாகிவிடும். அந்தப் புத்தகம் பற்றி நானும் நம்பியும் பேசிக்கொள்வோம்.

புத்தகம் பற்றிய அபிப்பிராயத்தை அவர் எழுதிக் கேட்க மாட்டாரா?

நன்றாகப் பழகிய பிறகு, என் லேசான விமர்சன பூர்வமான அபிப்பிராயத்தை எல்லாம் கேட்டுப் பயப்படக்கூடிய ஆள் இல்லை. ஏற்றுக்கொள்ளுவார். முழுமையாகப் புத்தகத்தை ஏற்றுக்கொள்ளாமலிருப்பது – எல்லோருக்கும் அப்படித்தானே. எனக்கும் அப்படித்தான். என்னை அஸஸ் செய்கிறமாதிரி சில விஷயங்கள் சொல்றாங்க. அது முற்றிலும் உண்மையே இல்லை

என்றால் அதை நான் ஒத்துக்கொள்ளமாட்டேன். அப்படி இருந்தால் எனக்கு அதுலே கோபமே கிடையாது. என்னை எப்படி வெளியே தள்ளுவது என்கிற யோசனை வந்தால் எனக்குக் கோபம் வரும். அதே மாதிரி அவருக்கும் கோபம் வந்ததை நானும் நம்பியும் பல சந்தர்ப்பங்களில் பார்த்தோம்

குறிப்பிட்ட காலத்தில் நம்பிக்கும் அவருக்குமான இணைப்பு குறைந்தது. நம்பி வியாபாரத்தில் மும்முரமாகி விட்டான். நான் வியாபாரத்தில் மும்முரமானாலும் எனக்கு வெளியில் போகும் சந்தர்ப்பம் இதனால் அதிகமாக இருந்தது. பின் மதுரையில் பார்த்தசாரதியைச் சந்தித்தபோது காந்தி மண்டபம் காண அழைத்துப் போனார். 'ஒரு புளியமரத்தின் கதை' எழுதி முடித்ததும் அங்கு போயிருந்தேன். தேவ.சித்ரபாரதியை நன்கு தெரியும். ஜி. நாகராஜன்கூட எல்லாம் பேசவே மாட்டார் அந்த மாதிரியான ஆள் அவர். மதுரையில் பலருக்கும் அதே மாதிரி அபிப்பிராயம் இருந்தது. அதே அபிப்பிராயந்தான் பார்த்தசாரதிக்கும். மதுரையிலோ சென்னையிலே எங்கு சந்தித்தாலும் தவறாமல் நம்பியைப் பற்றி ஆசையுடன் விசாரிப்பார்.

இதற்கிடையில் அவருக்குத் திருமணம் நிச்சய மாயிற்று. 'பாண்டிமாதேவி' எழுதிப் புகழ் அடைந்து வாழ்க்கைத் தரம் ரொம்ப உயர்ந்துவிட்டது. அவருடைய அப்பா கோவில் பூஜை செய்கிறவர். பார்த்தசாரதி ரொம்ப அளவுக்குப் புகழ் அடைந்து, வீட்டுக்கு வீடு தெரிந்த நபராகி சொந்த கார் வாங்கி அமோகமாகக் குடியிருக்கும் நேரத்திலேயும் அவருடைய அப்பா கோயில் பூஜையைப் பண்ணிக்கொண்டுதான் இருந்தார். வயது அதிகமாகி, காலும் நடக்க முடியாமல் ஆனபிறகுதான் பூஜை செய்வது நின்று போயிற்று.

திருமணப் பத்திரிகையை நான் மதுரை போயிருந்த போது எனக்கும் நம்பிக்குமாகத் தந்தார். 'பத்திரிகையைத் தபாலில் போட்டாலே நாங்கள் வருவோமே' என்றேன்.

'உங்களை நேரில் கூப்பிட வேண்டுமென்று தோன்றியது. நம்பியையும் நேரில் கூப்பிட ஆசைதான். அவரிடம் கொடுத்து விடுங்கள்' என்றார். அது பழைய காலத்து மஞ்சள் நிறப் பத்திரிகைபோல் இருந்தது. அதைப் படித்ததும் எனக்கு விசித்திரமாக இருந்தது. அதில் இவருடைய ஜாதி, மதம் கண்டு பிடிக்கக்கூடிய தடயங்களை முற்றிலுமாக எடுத்துவிட்டார். வழக்கமாகப் பத்திரிகைகளில் உபயோகிக்கும் வட மொழிச் சொற்களையும் நீக்கிவிட்டார்.

அவருடைய அப்பா, வருங்கால மாமனார், இவர் பெயர்களுக்குப் பின்னாலுள்ள ஐயங்கார் என்ற அடைமொழியை எடுத்துவிட்டு நல்ல தமிழில் பத்திரிகை அடித்தார்.'வீட்டிலுள்ளவர்கள் சம்பிரதாயப்படிச் செய்வதை அவர்கள் மனது புண்படும்படி ஏன் மாற்றுகிறீர்கள். உங்கள் விருப்பப்படி தனியாக ஆங்கிலத்திலோ தமிழிலோ பத்திரிகை அடித்துக்கொள்ளலாமே. அது பழக்கத்தில் இருக்கத்தானே செய்கிறது, என்றேன். 'தமிழ்நாட்டிலே காலம் ரொம்ப கெட்டுக்கிடக்கிறது. உங்களுக்கெல்லாம் அது தெரியாது. நீங்கள் தள்ளி உட்கார்ந்துகொண்டு நிம்மதியாக இருக்கிறீர்கள். நான் பல இடத்துக்குப் போகிறவன்' என்றார்.

முதலில் அவர் கல்கி அலுவலகத்துக்கு வேலைக்கு வரவில்லை. 'மதுரையில் இருந்துகொண்டே என்னென்ன வேலை செய்ய முடியுமோ அந்த வேலையெல்லாம் செய்கிறேன். உங்களுக்குச் சம்மதமா பார்த்துக் கொள்ளுங்கள்' என்றுதான் சொல்லியிருக்கிறார். சம்மதந்தான் என்று அவர்கள் சொல்லிவிட்டார்கள். அவர்கள் என்ன நினைத்தார்கள் என்றால், மதுரையிலிருந்து கொஞ்சம் வேலை செய்ய ஆரம்பித்தால் அவரைக் கல்கி அலுவலகத்துக்குள் இழுத்துக்கொள்ளலாம் என்கிற அளவுக்கு அசஸ்மென்ட் இருந்தது. கல்கி அலுவலகத்தில் நடக்கும் எடிட்டோரியல் மீட்டிங் போன்ற முக்கியமான கூட்டங்களுக்கு அழைப்பார்கள். உயர்ந்த ஓட்டலில் அறை போடுவது, கல்கி அலுவலகத்திலிருந்து பையன் போய் அவரைக் கவனித்துக்கொள்வது போன்ற

விஷயங்களும் நடந்திருக்கிறது. ராஜாஜியிடம் அவருக்கு லேசான பழக்கமுண்டு. ஆனால் ராஜாஜி யார்கூடவும் பழகுகிறவர் இல்லை. அவர் வாயில் ஆங்கிலந்தான் வரும். தமிழே வராது. 'எனக்கு அவர்கூட ஒத்து வரவே இல்லை' என்று பார்த்தசாரதி சொன்னார். 'எனக்கு அங்கு ஒத்துவந்தது எம்.எஸ். அம்மாகூடத்தான். அவர்களிடம் பேசிக்கொண்டிருந்ததுதான் சந்தோஷமாக இருந்தது. மற்றபடி யார்கூடவும் ஒத்துவரவில்லை. ஒன்றிரண்டு ப்ரூஃப் ரீடர், பிரஸ்மேன் இவர்களுடன் இணக்கமான உறவு இருந்தது' என்பார்.

அப்பொழுதுதான் இந்தக் கல்யாணப் பத்திரிகை வந்தது. நம்பியும் ஏறத்தாழ இதே அபிப்பிராயத்தைச் சொல்லியிருக்கிறான். அவனிடமும், காலம் ரொம்பக் கெட்டுக் கிடக்கிறது. நான் ஐயங்கார் என்கிற விஷயம் வெளியில் வந்ததென்றால் என்னுடைய கரியரே பாதிக்கப்படும். நான் எந்த வழியில் போகணுமென்று நினைக்கிறேனோ அதில் ஒரு அடிகூட முன்னே போக முடியாது' என்று சொல்லியிருக்கிறார். அவருக்கு அதற்கும் மனத்தடை இருக்கிறதென்று தெரிந்தது. அதுதான் இந்த மாதிரி வேலை செய்திருக்கிறது. அந்தப் பக்கமும் தள்ளியிருக்கலாமே. அதனால் அந்த ஊசலாட்டம் அவருக்கு வாழ்நாள் முழுவதும் இருந்திருக்கிறது. ஒரு முறை புலவர்களைச் சார்ந்திருக்கிறார். தூய தமிழில்தான் எழுத வேண்டும். திருவள்ளுவர் நல்ல புலவர். இதைத் தமிழ்ச் சமுதாயத்தில் நிறைய ஆட்கள் உணரவில்லை என்று சொல்வது, திருக்குறளுக்குப் பரிமேலழகர் உரை இருக்கிறதென்பது அவர்களுக்குத் தெரியாது. அவர் குதிரை மேல் உட்கார்ந்து எழுதினார். இன்றைக்கும் பிராமணர்கள் திருவள்ளுவருக்குக் கொடுக்கவேண்டிய மரியாதையைக் கொடுப்பது கிடையாது. அந்தக் காலத்தில் பிராமணர் உரை எழுதியதற்கு அவர்களுக்கு எந்தத் தடையுமில்லை என்றெல்லாம் நிறைய வாதங்கள் சொல்லிச் சுரண்டக்கூடிய பிராமணர்களுக்கு எதிரானவர் என்பதை அவர் சாதித்துக் கொண்டே வந்திருக்கிறார்.

ஆனால் எக்ஸ்ட்ரீம் லெஃப்ட்க்குப் போவது, அங்கிருந்து எக்ஸ்ட்ரீம் ரைட்டுக்குப் போவது என்பதை அவர் செய்யவே இல்லை. அவருக்கு அரசியல் மேலே ரொம்ப ஈடுபாடு உண்டு. தினம் சுத்தமாகச் செய்தித்தாள் படித்துவிடுவார். அபாரமான ஞாபக சக்தி இருந்ததினால், ஏதாவது எழுதுவதற்கு அவருக்குத் திரும்ப செய்தித்தாள் படிக்க வேண்டிய தேவையே இல்லை. கணையாழியில் புனைபெயரில் அரசியல் விஷயம் பற்றி எல்லா வாசகர்களுக்கும் சுருக்கமாகச் சொல்லக்கூடிய விஷயத்தைப் பண்ணினார். ஏ.ஜி. வெங்கடாச்சாரி போன்ற வேறு ஆட்களும் இதேபோல் எழுதிக்கொண்டிருந்தார்கள். கட்டுரை ஒன்றைக் கணையாழியில் படித்துவிட்டு நானும் நம்பியும் பாராட்டிக்கொண்டிருந்தோம். முப்பது நாற்பது கட்டுரைகள் எழுதிய பிறகுதான் இவர் எழுதினார் என்பது தெரிந்தது. அதுவரை எங்களுக்கு இவருக்கு அரசியலில் ஈடுபாடு உண்டு என்பதே தெரியாது. சந்தர்ப்பம் கிடைத்தால் ஏதாவது அரசியல் கட்சியில் புகுந்து தலைவராகி, முதலமைச்சராகக்கூட வந்துவிடலாம் என்று கனவு காணக்கூடியவர்தான்.

எனக்கும் அவருக்கும் சின்ன இடைவெளி வந்தது. மிகச் சின்னதுதான்.

புதுக் கவிதை அவருக்குப் பிடிக்கவில்லை. நம்பி புதுக்கவிதையில் சேர்ந்துகொள்ளாமல், வேறு விதமான கவிதை எழுதத்தான் அவனுக்கு அக்கறை இருந்தது என்று சொல்லிப் பழைய கவிதையில் நம்பியைச் சேர்த்துக்கொண்டார். என்னை, என்னைப்போல் புதுக் கவிதை எழுதிய சிவராமு, நகுலன் போன்றவர்களிடம் எல்லாம் சி.சு. செல்லப்பா ஏதோ கிறுக்குத்தனத்தை உருவாக்கிவிட்டார். அதற்கு அவர்களும் ஆட்பட்டுக் கிடக்கிறார்கள் என்கிற எண்ணம் வந்துவிட்டது. செல்லப்பாவை ரொம்ப குறை சொல்லுவார். செல்லப்பா வுக்கும் தமிழுக்குமான உறவு அவருக்குப் பிடிக்கவே இல்லை

பின்னால் அதே செல்லப்பா கால மாற்றத்தினால் நா.பா.வின் குரு ஸ்தானத்துக்கு வருகிறார். செல்லப்பா பார்த்தசாரதியை 'ஏ கிருஷ்ணா நாளைக்குப் போய் அந்த வேலையைப் பாரு. சும்மா இங்கே உட்கார்ந்து இருக்காதே' என்பதும், அதை இவர் அப்படியே சந்தோஷமாக எடுத்துக் கொள்வதுமான மனநிலைக்கு இருவருமே ஆளாகி விட்டார்கள்.

பின்னால் பல கூட்டங்களில், நான் பேசிய கூட்டங் களில்கூடப் பார்த்தசாரதி புதுக்கவிதையைத் தாக்குவார். தாக்குவதற்கான விஷயங்கள், ஆயுதங்களை எக்கச்சக்கமாக வைத்திருந்தார். இரண்டு மூன்று வருடங்களில் தமிழில் சரளமாகப் பேச வந்துவிட்டது. ஆனால் தனிமனிதனாகத் தாக்காமல், விஷயம் சார்ந்து மிகக் கடுமையாகத் தாக்குவார். அது ஆட்களுக்கு ரொம்பப் பிடிக்கும். கூட்டத்தில் பேசினால் நம்மை அடித்துவிடுவார்களே என்கிற பயமே கிடையாது. பயமே இல்லாமல் தைரியமாக பேசவேண்டும் என்கிற விஷயத்தை ஜெயகாந்தனிடமிருந்துதான் வாங்கிக் கொண்டிருக்கிறார் என்று நினைத்தேன். இரண்டு பேரும் நண்பர்கள். அவர் பேசிய விஷயத்தை நா.பா.வுக்குக் கொடுப்பது போன்ற உறவும் இருந்தது. பத்திரிகையாளர்கள் நிறையப் பேருக்கு ஜெயகாந்தன்கூட உறவு உண்டு. தமிழ்நாட்டிலே எழுத்தாளர்கள் எவருமே ஜெயகாந்தன் மாதிரி தைரியமாகப் பேசியிருப்பார்களா என்பது சந்தேகமே. ஜெயகாந்தன் மேலே இவருக்குப் பாராட்டுணர்வு உண்டு. பத்திரிகை ஆரம்பித்து, சரஸ்வதி போன்ற பத்திரிகைகளில் எழுதிக்கொண்டிருக்கும் ஜெயகாந்தனைக் கூப்பிட்டுத் தம் பத்திரிகையில் எழுத வைத்து அவரைப் பெரிய ஸ்டார் ஆக்கிவிடவேண்டும் என்று நினைத்தவருக்கு அந்தக் காரியம் நடக்கவில்லை. அதற்கு முன்னால் வேறு ஆட்கள் அவரைக் கவனித்து பெரிய மனுஷனாக்கி, பிரபலமான எழுத்தாளராக்கி விட்டுவிட்டார்கள்.

அவருடைய கல்யாணத்துக்கு நானும் நம்பியும் மதுரை போனோம். வீட்டிற்குள் சம்பிரதாயமான சடங்குகளும்

வெளியில் சொற்பொழிவு போன்ற கூட்டங்களும் நடந்து கொண்டிருந்தன. அவருடைய அக்காவின் மகள்தான் அவருடைய மனைவி. உடல் ரீதியாகவோ மனரீதியாகவோ இருவருக்கும் எந்த ஒற்றுமையும் கிடையாது. அவரே எங்களிடம் பகிர்ந்துகொண்ட விஷயந்தான் இது. இவருடைய நடையில், நிற்கையில் ஒரு தன்னம்பிக்கை இருக்குமே, அந்த அபாரமான தன்னம்பிக்கையோடுதான் நிமிர்ந்து நடந்து வருவார். இவர் மெத்தப் படித்தவர். மனைவியின் படிப்பு பற்றித் தெரியவில்லை. பேரும் புகழும் அடைந்தவுடன் சொத்து வெளியில் போக வேண்டாம் என்று தீர்மானித்து அமைந்த திருமணம் மாதிரித்தான் தெரிந்தது. இவரோ கனவுலகத்தில் வாழ்பவர். இந்த நாவலில் (குறிஞ்சிமலர்) அவருடைய மனைவி யாரு, வாழ்க்கை வரலாற்றில் அவருடைய மனைவி பற்றி எழுத முடியாமல் போய்விடுமே என்றெல்லாம் நம்பி சொல்லிக்கொண்டிருந்தான்.

அதன்பின் அவரை நான் மதுரையில் சந்திக்கவே யில்லை. சென்னையில்தான் சந்தித்தேன். அவர் சென்னை யில் இருந்த காலத்தில், எனக்கும் அழகிரிசாமிக்கும் நெருக்கமான தொடர்பு வந்துவிட்டது. எப்பவும் நாங்கள் மூவரும் ஒன்றாக இருப்போம். அதைப் பற்றி எழுத்தாளர்களுக்குள் கிண்டல் இருந்தது. ஒருவருக் கொருவர் சம்பந்தமே இல்லை. ஒண்ணு மைல்கல் இன்னொன்று தேங்காய் என்றெல்லாம் சொல்லி எங்களைக் கிண்டல் செய்தார்கள். இந்தக் கிண்டலெல்லாம் சீக்கிரமாகப் பார்த்தசாரதி காதில் விழுந்துவிடும். மணிக்கொடியில் இருந்துகொண்டு பார்த்தசாரதிகூடவும் தொடர்பு வைத்துக்கொள்பவர்கள் இருக்கிறார்கள். இவரைப் பற்றி மிகவும் வெளிப்படையாகக் கிண்டல் செய்திருக்கிறார்கள். அதெல்லாம் நான் சொல்ல விரும்ப வில்லை. அப்படிச் சொல்வது ஒரு எழுத்தாளனின் கலாச்சாரமே அவர்களுக்கு இல்லைங்கிற மாதிரி எனக்குத் தோன்றியது. இவரை ஏன் வேலைக்கு சதாசிவம் எடுத்துக்கொண்டார் என்பது சம்பந்தமாக மிகவும்

கொச்சையாகப் பேசியிருக்கிறார்கள். எனக்கு அந்த மாதிரி சந்தேகங்கள் பார்த்தசாரதி பற்றி ஒரு நாளும் வந்ததே கிடையாது. அவரைப் பற்றி நீங்கள் என்ன குறை சொன்னாலும் சில விஷயங்களில் திட்டவட்டமான பார்வை உள்ளவர். அங்கிருந்து அங்குலம் அங்கேயும் இங்கேயும் நகரவே மாட்டார். பொய் சொல்லமாட்டார். செத்தாலும் பொய் சொல்லமாட்டார். அது நல்லதா இல்லையா என்பது எனக்குத் தெரியாது. அது நிறைய பிரச்சினைகளை உருவாக்கியிருக்கலாம். அது மாதிரி தொ.மு.சி. ரகுநாதனும் பொய் சொல்லமாட்டார். தொ.மு. சி.யின் நிறைய விஷயங்கள் மற்றவர்களுக்குப் பிடிக்காது. அது வாஸ்தவந்தான். ஆனால் அவர் பொய் சொன்னதே கிடையாது என்ற அந்த அம்சத்தை யாருமே கவனிக்க வில்லை. அது மாதிரி இவர் பொய்யே சொல்லமாட்டார். இந்த மாதிரி பத்து, பதினைந்து விஷயங்கள் சொல்லலாம். அதெல்லாம் தீவிர எழுத்தாளர்களைவிடக் கடைசி வரைக்கும் உயர்வான குணத்தோடுதான் இருந்திருக்கிறார்.

சென்னையில் இருக்கும் சமயத்தில் ஒருமுறை விமானத்தில் திருவனந்தபுரம் வந்து இங்கு வந்தார். என் அப்பாவுடன் நல்ல பழக்கம் ஏற்பட்டது. அவருடைய தோற்றம், பேச்சு, அடக்கம், அவருடைய வெற்றி, வருமானம் எல்லாம் பூர்ணமாக அப்பாவுக்குப் பிடித்துவிட்டது. ஒரு லட்சியமான பையன் பிறக்க வேண்டுமானால் பார்த்தசாரதி மாதிரி பிறக்கவேண்டும். இவன் ஒருத்தன் வேறுவிதமாகப் பிறந்து வைத்திருக்கிறான் என்பது போல் அவருக்குத் தோன்றியது. அவரிடம் ரொம்ப ஆறுதலாகப் பேசுவார். அப்பா அவரிடம் க்ஷேமலாபங்களை, எங்கே போகிறீர்கள், எத்தனை மணிக்கு விமானம், அது சரியாகப் போய்ச் சேர்ந்துவிடுமா என்றெல்லாம் விசாரிப்பார். எங்கள் குடும்பத்து ஆட்களுக்கு விமானத்தில் ஏறுவதற்கே பயம். ‘அதெல்லாம் சரியாகப் போய்விடும் மாமா, முன் கூட்டியே போய் உட்கார்ந்துவிடுவேன்’ என்று அவருக்கு ஆசுவாசமாகப் பதில் சொல்லுவார்.

அப்பாவுக்கு அறுபதாம் கல்யாணம் நடந்தது. அந்தச் சமயத்தில் எடுத்த, அம்மாவும் அப்பாவும் மாலையும் கழுத்துமாக இருக்கும் படம் – எங்கள் வீட்டுக் கூடத்திலிருக்கும் படம் – பார்த்தசாரதிக்கு அனுப்பினேன். நீங்கள் அவசியம் வந்திருக்கவேண்டும். அப்பா ரொம்ப எதிர்பார்த்தார். நீங்கள் வருவது அவர் அந்தஸ்தைக் கூட்டியிருக்கும். வரமுடியாமல் போனது வருத்தந்தானென்று படத்துடன் கடிதமும் எழுதியிருந்தேன். அடுத்த வாரக் கல்கி பத்திரிகையில் படத்துடன் ரைட்அப்பும் எழுதி வெளியிட்டார்.

எங்கள் சொந்தக்காரர்கள் ஊரில் பல ஆட்கள் படிக்கும் பத்திரிகை என்பதால் அப்பா எங்கு போனாலும் அது பற்றி விசாரணை வந்துவிட்டது. வெளியில் காட்டிக் கொள்ளாவிட்டாலும் அது அவருக்கு அதிக சந்தோஷத்தைக் கொடுத்ததென்று சொல்லலாம்.

அந்தக் குறிப்பில் பார்த்தசாரதி, எழுத்தாளரான சுந்தர ராமசாமியின் தகப்பனார் என்று போட்டிருந்தார். அப்படிப்பட்ட குறிப்பில்லாமல் படத்துடன் அப்பாவுக்கு முக்கியத்துவம் கொடுத்து அவருடைய பெயரைக் குறிப்பிட்டிருந்தால் அதிக மகிழ்ச்சி அடைந்திருப்பாரோ என்று எனக்குத் தோன்றியது.

எங்கள் குடும்பத்தில் அப்பாவின் மதிப்பு ரொம்ப கூடிவிட்டது. சொந்தக்காரர்கள், ஊரில் நிறையப் பேர்கள் சென்னையில் அவருக்கு ஏகப்பட்ட தொடர்புகள் இருக்கின்றன. *ஹிந்து* பத்திரிகைக்கு அவர் போன் பண்ணி சொன்னால்கூடக் காரியங்கள் நடக்கும் என்றெல்லாம் கற்பனையை வளர்த்துக் கொள்ள ஆரம்பித்துவிட்டார்கள். விஷயம் என்னவென்றால் அவருக்குப் பார்த்தசாரதிபேரில் இன்னும் மதிப்பு கூடிவிட்டது.

பொதுவாக, எங்கள் வீட்டுக்கு வருகிற என் நண்பர்கள்பேரில் அப்பாவுக்கு உயர்வான அபிப்பிராயம் கிடையாது. அது அவர்கள் பெயரிலுள்ள விமர்சனம்

என்பதைவிட என்னைப் பற்றிய விமர்சனந்தான். அது அவர்கள் பேரிலும் பிரதிபலிக்கும் என்பதால் நண்பர்களை அறிமுகப்படுத்துவதைப் பெரும்பாலும் தவிர்த்துவிடுவேன். பார்த்தசாரதியையும் நான் அறிமுகப்படுத்தவில்லை. பார்த்தசாரதி அவருடைய இயற்கையான சுபாவம் காரணமாக அப்பாவிடம் உறவை ஏற்படுத்திக் கொண்டார். பார்த்தசாரதி அறுபதாம் கல்யாணத்துக்கு வரமுடியாததற்கான காரணத்தை எங்கப்பாவுக்கு நீண்ட கடிதம் மூலம் தெரியப்படுத்தியிருந்தார். அந்தக் கடிதம் எழுதியதை எனக்கு எழுதிய கடிதத்தில் குறிப்பிடவில்லை. அந்தக் கடிதம் அப்பாவுக்கு மிகுந்த மகிழ்ச்சியைக் கொடுத்தது.

கொஞ்ச காலத்துக்கு முன்னால் பார்த்தசாரதி வீட்டிற்கு வந்து அப்பாவிடம் பேசிக்கொண்டிருந்தபொழுது, 'நாமக்கல் கவிஞர் திருக்குறளுக்கு உரை எழுதியிருக்கிறாரே, இருப்பதிலேயே புத்திசாலித்தனமான உரை அதுதான். மற்ற உரைகளெல்லாம் யோசிச்சு எழுதிய மாதிரியே தெரியவில்லை. காலங்காலமாக உரைகளெல்லாம் இப்படித்தான் இருந்தது. நான் இப்படி மாற்றி எழுதி யிருக்கிறேன் என்றுசொல்லித்தான் கவிஞர் எழுதியிருக்கிறார்' என்று பேச்சுவாக்கில் சொல்லியிருக்கிறார்.

விஷயம் திருக்குறள். சொல்வது என் அப்பா. இது அவர் மனதில் ஆழமாகப் பதிந்துவிட்டது. அந்தப் புத்தகத்தை அப்பாவின் பிறந்த நாள் பரிசாகக் கடிதமும் எழுதி வைத்து அனுப்பியிருந்தார். அதைத் திரும்பத்திரும்பப் படித்து அப்பா சந்தோஷப்பட்டுக்கொண்டிருந்தார். ரொம்ப அடக்கமான பையன். அவனுக்கு உலகத்தில் எவ்வளவோ புகழ் இருக்கிறது. நம்மை மதிக்க வேண்டும் என்கிற அவசியமே கிடையாது என்றெல்லாம் புளகாங்கிதப் பட்டுக்கொண்டிருந்தார்.

பார்த்தசாரதியுடன் என் அறையில் பேசிக்கொண் டிருக்கும் பொழுது நான் வேறு வேலையாக வெளியில் போக நேர்ந்தால் அப்பா என் அறையில் வந்து அவரிடம்

பேசிக்கொண்டிருப்பார். இது எனக்கு ஆச்சரியமாக இருக்கும். இதற்கு முன் வேறு யார் கூடவும் இப்படி நடந்ததே இல்லை. வேறு ஆள் மூலம் அவர் இருக்கும் இடத்துக்கு வரவழைத்து ஒன்றிரண்டு பேரிடம் பேசிக் கொண்டிருந்திருக்கிறார்.

அவர் ஊருக்குக் கிளம்புவதற்கு முன்னால் சின்ன காரியம் ஒன்று செய்தார். என்கூடக் காரில் மணிமேடை வந்து சில சாமான்கள் வாங்கினார். அதெல்லாம் என்ன என்பது என் நினைவிலில்லை. வெற்றிலை, களிப்பாக்கு, தேங்காய், பூ, பழங்கள் வாங்கி வந்தார். அடுக்களை வேலை பார்க்கும் அம்மாவிடம் தட்டு கேட்டு வாங்கி, சாமான்களை அதில் வைத்து, என் அம்மா அப்பாவை அழைத்து, கிழக்கு பார்த்து அருகருகே நிற்க வைத்து, அவர்கள் கையில் தட்டைக் கொடுத்து, சாஷ்டாங்கமாக விழுந்து வணங்கினார். எழும்புவதற்கு இரண்டு மூன்று நிமிடங்களுக்கு மேல் ஆயிற்று. அப்பாவின் முகத்தைப் பார்த்தேன். கண்களிலிருந்து கண்ணீராக வழிந்து கொண்டிருந்தது. இதேபோல் நம்பியும் பின்னால் என் அப்பாகூட உறவு ஏற்படுத்திக் கொண்டிருக்கிறான். அவன் திட்டமிட்டு உறவை ஏற்படுத்திக்கொண்டான் என்று எனக்குத் தோன்றும். பார்த்தசாரதிபோல் இயற்கையாக உருவான உறவல்ல. பார், உனக்கு அடங்காத சிங்கத்தை எவ்வளவு சுலபமாகச் சாதாரணப் பட்டு நூலில் கட்டி அடக்கிவிட்டேன் என்று சொல்வதுபோல் எனக்குத் தோன்றும்.

'பார்த்தசாரதியிடமிருந்து கடிதம் வந்ததா' என்று கேட்பார். 'ஒரு வாரமாக வரவில்லை' என்றால், 'அவன் பிசியான ஆள். கல்கியில் முக்கியமான பதவியில் இருக்கிறான்... நீ சும்மாத்தானே வீட்டில் உட்கார்ந்து இருக்கிறாய். எழுதிப் போடேன்' என்பார். இப்படி யாரைப் பற்றியுமே அவர் கவலைப்பட்டது கிடையாது.

நான் கடை வேலை சம்பந்தமாகச் சென்னை சென்றால், என்னென்ன வாங்க வேண்டுமென்பதை

அவரிடம் கலந்துகொள்வேன். அலுவல் சம்பந்தமாகப் பணம் தரும்போது, 'கூட ஐம்பது ரூபாய் வைத்துக்கொள், வேட்டி சட்டையெல்லாம் எடுத்துக் கொண்டாயா' என்றெல்லாம் கேட்பார். எனக்கு எத்தனை வயதானாலும் சிறு குழந்தை போல்தான் நடத்துவார். 'தெருவில் போகும்போது பார்த்துப் போ. கார் வந்து மேலே ஏறிடும். இடது பக்கமாகப் போ. கன்னாபின்னாவென்றுதான் கார் ஓட்டுவார்கள்' என்றெல்லாம் ஏக அட்வைஸ் தருவார். அவருடைய மறைவுவரை அப்படிச் சொல்லிக்கொண்டுதான் இருந்தார். குட்டி சாமான்களைப் பார்சல் போட வேண்டுமானால்கூட, எனக்குப் போடத் தெரியாது என்று தீர்மானம் செய்து கொண்டு, வேறு ஆளைக் கொண்டுதான் பார்சல் செய்யச் சொல்லுவார். நேரம் கிடைத்தால் பார்த்தசாரதியைப் போய்ப் பார் என்று சொல்லுவார்.

இப்படி ஒரு நண்பனைப் பார்த்துவிட்டு வா என்று அவர் சொல்வது நா.பா.வை மட்டுந்தான். எவ்வளவோ நண்பர்கள் வந்துவிட்டுப் போயிருக்கிறார்கள். க.நா.சு. வந்திருக்கிறார். ஓரிரண்டு வார்த்தைகள் சம்பிரதாயமாக அப்பாவுடன் பேசியிருக்கிறார். வேறு எவ்வளவோ நண்பர்கள் வந்திருக்கிறார்கள். யாரைப் பற்றியும் இப்படி அக்கறை எடுத்துக்கொண்டதில்லை. நானும் பார்க்க வேண்டுமென்றுதான் நினைத்துக்கொண்டு இருக்கிறேன் என்று சொல்லிவிட்டுப் போவேன். நேரம் காலம் சரியாகாமல் சந்திக்க முடியாமல் போய்விடும். கல்கி அலுவலகத்தில் அவரைச் சந்திக்கக்கூடாது என்பதில் தீர்மானமாக இருந்தேன். இன்னொன்று கல்கி அலுவலகத்துக்குப் போன் செய்யக்கூடாது. அவருக்குக் கடிதம் அனுப்பி எங்கு சந்திக்கலாம் என்று கேட்டு, இடமும் நேரமும் குறிப்பிடுவார். அநேகமாக எழும்பூருக்கு அருகிலிருக்கும் 'வேகா' என்கிற ஓட்டலில் சந்திப்போம். அந்த ஓட்டல். இப்பொழுது இருக்கிறதா என்பது தெரியவில்லை. ஜகஜோதியான வெளிச்சத்தில் ஓட்டல் களில் உணவு பரிமாறப்படும்போது அங்குதான் மெல்லிய வெளிச்சத்தில் உணவு பரிமாறுவது, மின்சாரம் இருந்தாலும்

மெழுகுவத்தி வெளிச்சத்தில் உணவு அருந்துவது போன்ற வினோதங்களை எல்லாம் முதன்முதலாகப் பார்த்தேன்.

எங்கே புதிதாக ஓட்டல் திறந்தாலும் போய்விடுவார். என்ன மாதிரி அயிட்டங்கள் செய்கிறார்கள், சர்விஸ் எப்படி, நாம் மேற்கொண்டு தொடர்ந்து வரலாமா, யாரை இந்த ஓட்டலுக்கு அழைத்துக்கொண்டு வரவேண்டும் என்கிற திட்டமெல்லாம் இருக்கும். இந்த ஓட்டலுக்கு ராமசாமியையும் நம்பியும் வந்தால் இருவரையும் அழைத்துக்கொண்டு போவது, இன்னொரு புது ஓட்டல் திறந்தால் அதற்கு வேறொரு நண்பரைக் கூட்டிக்கொண்டு போவது என்பதை எல்லாம் விரிவாக யோசிப்பார்.

வேகா ஓட்டலில் நாங்கள் சந்தித்ததும், என்னுடைய திட்டமெல்லாம் அவர்தான் தீர்மானிப்பார், அதுபடி அவர்கூடவே போய்க்கொண்டிருப்பேன். அவருக்குக் கடிதாசி எழுதாத சமயங்களில், அவருக்குக் கல்கி அலுவலகத்துக்கு போன் செய்யமாட்டேன். அங்கு போகமாட்டேன். அலுவலகத்துக்குப் போன் செய் திருக்கலாமே, வந்திருக்கலாமே என்று கேட்டதில்லை. அவருக்குத் துல்லியமாகத் தெரியும். 'கடிதாசி போட்டிருக்க லாமே' என்றுதான் கேட்பார். 'நான் அவசரத்தில் வந்து விட்டேன்' என்று சொல்லுவேன்.

ஒரு தடவை சொன்னார், 'நான் கல்கியில் வேலை பார்த்தாலும் ஓட்டல் அசோகாவில்தான் குறிப்பிட்ட அறையில் இருக்கிறேன். போன் செய்யுங்கள்; அல்லது நேரடியாகவே வந்துவிடுங்கள். இனி நீங்கள் சென்னை வரும்பொழுதெல்லாம் என்கூடவே தங்கலாம். உங்கள் காரியங்களை முடித்துக்கொண்டு ஊருக்குப் போவதுவரை எங்கூடவே தங்குவதைத்தான் நான் விரும்புகிறேன்,என்றார். ஆனால் நான் முழு நேரம் அங்கு தங்க விரும்பவில்லை. எனக்கு வேறு தொடர்புகள் இருக்கும். என்னைப் பார்க்க வேறு யாராவது வருவார்கள். அதனால் நான் வழக்கம்போல் கோடெளன் தெருவுக்கு அருகிலுள்ள ஓட்டலில் தங்கி, இரண்டு நாட்களில் என் காரியங்களை

முடித்துக்கொண்டு அசோகா ஓட்டலுக்கு வந்தேன். அதுவரை நான் அப்படியொரு ஓட்டலைப் பார்த்ததில்லை. அதன் அமைப்பு, பின்புறம் தோட்டம் – அந்த ஓட்டலைப் பின்புலமாக வைத்துதான் 'இல்லாத ஒன்று' என்கிற கதையை எழுதினேன்–அந்த வயதிற்கு முன்னால் அப்படியொரு ஓட்டலை நான் பார்த்ததில்லை. மனதில் அது ஆழமாகப் பதிந்துவிட்டது. அதன் படிகள், அறைகள், ரூம் செர்விஸ் எல்லாம் பிரமாதமாக இருந்தன. பின்னால் அதுமாதிரி ஓட்டலில் தங்குவதற்கான சந்தர்ப்பங்கள் நிறையவே கிடைத்திருக்கிறது.

அவருக்கு நான் வந்ததில் மிகுந்த மகிழ்ச்சி. 'வேலையெல்லாம் முடிந்துவிட்டதா, என்னுடன் கூட இரண்டு நாட்கள் தங்குவீர்களா' என்று கேட்டார். 'நீங்கள் தங்கச் சொல்கிறீர்கள் என்று கேட்டால் அப்பா உடன் சம்மதித்துவிடுவார்' என்று சொன்னேன். அந்தச் சமயம் அவருடன் மூன்று நாள் தங்கியிருந்தேன். அப்பொழுதுதான் அவருடைய நடை உடை பாவனைகள், பழக்கவழக்கங்கள், அவர் உடை வைத்துக்கொண்டிருக்கக்கூடிய பெட்டி எல்லாம் தெரிந்துகொள்ள சந்தர்ப்பம் கிடைத்தது. ஒரு நாளைக்கு நாலு தடவை குளிப்பார். இரண்டு மணி நேரம் எழுதுவார். குளிப்பார். பிறகு எழுதுவார். குளிப்பார். அது வெயில் காலமா என்பது எனக்கு நினைவிலில்லை. எந்த ஒளிவு மறைவுமில்லாமல், நான் அவருடைய நண்பன்தானே என்கிற எண்ணத்துடன்தான் சகஜமாகக் காரியங்களைச் செய்துகொண்டிருந்தார். 'தினம் இருமுறை குளிப்பதைக் கேள்விப்பட்டிருக்கிறேன், அடிக்கடி குளிக்கிறீர்களே' என்று கேட்டேன். 'எனக்குக் குளிக்க ரொம்ப ஆசை, ஒரு நாளைக்கு நாலு முறை அருவியில் குளிக்க ஆசை, அது சென்னையில் எப்படி நடக்கும்?' என்றார். உண்மைதான். பின்னால் வசதி வந்த பிறகு அடிக்கடி கூடுமானவரை குற்றாலம் போய்விடுவார். அருவியிலிருந்து அவரை வெளியே கொண்டு வருவது பிரம்மப்பிரயத்தனம். அவருடன் சென்றால் நானும் நம்பியும் வெளியில் வந்து உட்கார்ந்துகொண்டே இருப்போம்.

கூட்டத்துக்குள் தண்ணீரின் ரொம்ப ஆழத்திற்குப் போய்விடுவார். எங்கேயாவது பாறையில் தட்டி இனிமேல் போக முடியாது என்கிற இடத்தில்தான் நிற்பார். அருவியில் எங்கு தண்ணீர் அதிகமாகக் கொட்டுகிறதோ அந்த இடத்தில்தான் நின்று குளிப்பார். நாங்கள் எங்கு தண்ணீர் குறைவாகக் கொட்டுகிறதோ அங்குதான் குளிப்போம். அதுவே மூச்சுத் திணறிவிடும்.

'இந்த ஓட்டலில் ஷவரில் தண்ணீர் நல்ல வேகத்தில் வருகிறது. அதுதான் இங்கு அறை எடுத்திருக்கிறேன். கீழேயே டிபனும் கிடைக்கிறது. ரூம் பாய் வாங்கி வந்துவிடுவான். நான் இங்கு தங்குவது சதாசிவம் தவிர யாருக்கும் தெரியாது. சதாசிவம் யாருமில்லாத சமயத்தில் ரகசியமாக எதுவரை வந்திருக்கிறது, அத்தியாயத்தை முடித்துவிட்டாயா என்று போனில் விசாரித்துக் கொள்ளுவார். ஆட்களின் தொந்தரவு இருந்தால் சமயத்துக்கு எழுதிக் கொடுக்க முடியாது என்பதால் ரகசியமாக வைத்திருக்கிறோம்' என்றார்.

குறிப்பிட்ட சம்பவமொன்று எனக்குச் சிறிது கவலையாகவும் ஆச்சரியமாகவும் இருந்தது. ஒரு பையன் வந்து கீழே ஒருவர் உங்களைக் கூப்பிடுகிறார் என்பான். உடனே கீழே போய்விடுவார். வேறு யார் வந்தாலும் மேலே வந்துதான் பேசிவிட்டுப் போவார்கள். இது மர்ம நாவலின் ஆரம்பம் போல் எனக்குத் தெரிந்தது. ஆரம்பத்தில் அவர்கள் தணிந்த குரலில் ரகசியமாகப் பேசுவார்கள். போகப் போக உணர்ச்சி மோதல் அதிகமாகும்போது குரல்விட்டு இருவருமே பேசுவார்கள். நான் கீழே போய்ப் பார்க்கவில்லை. அவர் கோபமாகப் பேசுவதை நான் பார்த்தால் அவருக்குச் சங்கடமாக இருக்கும் என்று போகவில்லை. எனக்குக் கவலையாக இருந்தது. கொஞ்ச நாட்களுக்குப் பிறகு அவரிடம் யார் அந்த ஆள், உங்களை ஏதாவது செய்துவிடுவானோ என்று பயமாக இருந்தது, என்ன விஷயமென்று கேட்டுத் தெரிந்து கொள்ள

வேண்டுமென்றிருந்தேன். சந்தர்ப்பம் கிடைக்காமல், மனதிலிருந்தும் நழுவிப்போய்விட்டது.

பவுடர், ஸ்நோ நிறையப் பேர் உபயோகிப்பதுதான். ஹேர் ஆயில் போட்டுத் தலையை ரொம்ப அழகாகச் சீவிக்கொள்ளுவார். முடி ஏகப்பட்டது இருக்கும். சரித்திர கதாநாயகன் போல்தான் பார்ப்பதற்கு இருப்பார். ஆனால் உள்ளங்காலுக்குத் தினம் மூன்றுமுறை க்ரீம் தடவிக் கொள்வார். கால் வெள்ளைவெளேரென்று உள்ளங்கை போல் இருக்கும். நான் வெளியூர் சென்றால் மாத்திரை போட்டுக்கொள்ள மறந்து அம்மாவிடம் பொய் சொல்வதில் கொஞ்சமாவது உண்மை இருக்கணுமே என்று திடீரென்று நினைவு வந்து முழுங்கிவைப்பேன். அவர் மறக்கவே மறக்காமல் உள்ளங்காலில் தினம் மூன்று முறை க்ரீம் போட்டுக்கொள்வது எனக்கு ஆச்சரியத்தை ஏற்படுத்தும். நம்பியிடம் சொன்னேன். 'அப்படியா! அதிலிருந்துதான் இந்த விஷயம் வந்திருக்கிறது' என்றான். 'என்ன விஷயம்' என்றேன்.

'எந்தக் கதாநாயகனை அறிமுகப்படுத்தினாலும் அவனுடைய கால்கள் வெளுப்பாக இருந்தது என்று எழுதியிருக்கிறார்' என்றான்.'காலின் அழகைப் பார்த்துதான் காதலிக்கிறாள் என்று எழுதியிருக்கிறாரா' என்று கேட்டேன். 'அப்படி எழுதவில்லை, ஆனால் கால் அப்படி இருப்பதும் அவளைக் கவர்ந்த விஷயங்களில் ஒன்றுதான் என்று நமக்குத் தோன்றும்' என்றான். இதென்னடா இது, எல்லா கதாநாயர்களுக்கும் கால் சுத்தமாக, வெளுப்பாகத்தான் இருக்குமா, ஒன்றிரண்டு பேருக்காவது அழுக்காக இருக்காதா என்று எனக்கும் ஆச்சரியமாக இருந்தது

ஒருவன் எப்படி வாழ்ந்து கொண்டிருக்கிறானோ அந்த அனுபவத்தை எழுதுவதை விட்டுவிட்டு, எதை எழுதவேண்டுமென்று நினைக்கிறோமோ அதற்கேற்றாற் போல் அனுபவங்களை உருவாக்கிக்கொள்கிற தன்மை அவரிடம் இருக்கிறது என்பது எனக்கு மிகவும்

நா. பார்த்தசாரதி 45

ஆச்சர்யமாக இருந்தது. இதற்கு எவ்வளவோ உதாரணங்கள் சொல்லலாம். ஆனால் அடிப்படை இதுதான் என்பதால், எல்லா உதாரணங்களும் இதைத்தானே உறுதிப்படுத்தும் என்பதால் அது பற்றி விரிவாகப் பேச வேண்டியதில்லை.

எப்பொழுது நான் சென்னை சென்றாலும் செலவு களையெல்லாம் அவர்தான் செய்வார். தமக்குக் கிடைக்கும் சுக சௌகரியங்களை நண்பர்களிடமும் பகிர்ந்துகொள்ள வேண்டுமென்பதை ரொம்பவும் விரும்புவார்.

ஒருமுறை அவரை அழைத்துப் போக கல்கி அலுவலகத்திலிருந்து அவசரமாகக் கார் வந்தது. 'நான் வருவதுவரை நீங்கள் இங்கு தனியாக இருக்க வேண்டாம். பக்கத்தில் ஓரிடம் இருக்கிறது. அங்கு இருங்கள். திரும்ப வரும்போது உங்களை அழைத்து வந்துவிடுகிறேன்' என்றார்.

போகும் வழியில் கல்கி ஆபீஸுக்கு அருகில் ஓட்ட லொன்று இருக்கிறது. அதன் அருகில் கார் போய் நின்றதும், கேஷில் அமர்ந்திருக்கும் முதலாளி ஓடிவந்து என்ன வேண்டுமென்று கேட்டார். அவர் இவரின் விசிறி. என்னை அறிமுகப்படுத்தி விட்டு, 'என் நெருங்கிய நண்பர். இரண்டு மணிநேரத்தில் நான் வருவதுவரை ஏஸி ரூமில் இருக்கட்டும்' என்றார். ஏஸி ரூம் ஏற்பாடு செய்தது மட்டுமல்ல, அந்த இரண்டு மணிநேரமும் என்னைக் கவனிப்பதுதான் அவரது வேலை. 'காப்பி சாப்பிடுகிறீர்களா, புது ஸ்வீட் செய்திருக்கிறோம் டேஸ்ட் பார்க்கிறீர்களா, நியூஸ் பேப்பர், குமுதம் ஆனந்த விகடன் ஏதாவது வேண்டுமா' என்றெல்லாம் கேட்டு ஏக உபசாரமாக இருந்தது. 'எது வேண்டுமானாலும் நான் போனில் கேட்டு வாங்கிக்கொள்கிறேன்' என்றால் அரை மணி நேரத்தில் திரும்ப வந்துவிடுவார். 'இது மாதிரி கவனிப்பு எனக்கு வேறெங்குமே கிடைத்ததில்லை என்று நாபாவிடம் நீங்கள் சொல்லவேண்டும். அப்பொழுதுதான் என் மனம் குளிரும்' என்றார். 'அவர் என்னைக் கேட்கத் தேவை இல்லை, அவர் சந்தோஷப்பட்டால் போதும்' என்றார். 'கவலையே படாதீர்கள், நான் மிகவும்

திருப்திகரமாகச் சொல்லிவிடுகிறேன்' என்றேன். இவருடைய உபசாரந்தான் கஷ்டமாக இருந்ததே தவிர, ஏஸி ரூமில் தங்கியிருந்தது மற்ற விஷயங்களெல்லாம் வசதியாகவே இருந்தது. பார்த்தசாரதி திரும்ப வந்து சௌகரியமாக இருந்ததா என்று கேட்கவேயில்லை. அவருக்கு நிச்சயமாகத் தெரியும் வசதியாகத்தான் இருந்திருக்குமென்று. யோசனையாக இப்படி செய்தாரே என்று நினைத்துக்கொண்டேன். சட்டென்று முடிவெடுத்து எனக்கு இந்த மாதிரியெல்லாம் செய்யத் தெரியாது. இந்த விதமாக நம் மனத்தைக் குளிர வைக்கக்கூடிய லௌகீக சாமர்த்தியங்கள் அவருக்கு உண்டு. ஆனால் அவருடைய கதாநாயகர்களுக்கு லௌகீகமே தெரியாது. லட்சிய வேட்கை மட்டுந்தான் உண்டு. நாபாவுக்கு லட்சிய வேட்கையுடன் லௌகீகமும் நன்கு தெரிந்திருந்தது.

மிகவும் திறமைசாலியான, பிரபலமான இள வயது கலெக்டரம்மா ஒருவர் அந்தச் சந்தர்ப்பத்தில் என்ன காரணத்தினாலேயோ அந்த ஓட்டலில் தங்கி யிருந்தார்கள். அவர் ஒவ்வொரு நாளும் அலுவலகத் திற்குப் போவதற்கு முன்னால் நாபாவுக்குத் தம்முடைய அறையிலிருந்து போன் செய்து ‘டிபன் சாப்பிட்டீர்களா, ஏதாவது உதவி தேவையா, எங்கேயாவது போகவேண்டி யிருக்கிறதா, கார் அனுப்பட்டுமா’ என்றெல்லாம் விசாரித்துக்கொண்டிருப்பார். ‘கார் தேவையில்லை, எனக்கு எழுதுவதுதானே முக்கிய வேலையாக இருக்கிறது, வேண்டுமானால் சொல்லுகிறேன்’ என்று இவர் சொல்லுவார். ‘நீங்கள் எப்படி இருக்கிறீர்கள்’ என்று நாபாவும் குசலம் விசாரிப்பார்.

தினம் இரவு போன் செய்து, ‘நான் பேச வரலாமா, ப்ரீதானா’ என்று கேட்பார். ‘நெருங்கிய நண்பர்தான் என்னுடன் இருக்கிறார், தாராளமாக வாருங்கள்’ என்று இவர் சொல்லுவார். ஆனால் அந்தம்மா நான் இருப்பதுவரை வரவேயில்லை. நான் எங்கேயாவது

போயிருந்தால் பார்த்தசாரதி போன் செய்து சொல்லுவார் என்று நினைக்கிறேன். அப்பொழுது வந்து பேசிக்கொண்டிருந்திருப்பார். நாபாவுக்கு எந்த விதத்திலாவது உதவ வேண்டுமென்பதில் துடிப்புடன் இருந்தார்.

நாபா ஆட்களைத் தவறாகப் பயன்படுத்திக்கொள்ளவே மாட்டார். நமக்கு அவரிடம் நெருக்கமான உறவு இருக்கிறது, அதற்காகவாவது இரண்டு காரியங்களைச் செய்து வாங்கிக்கொள்ளுவோம் என்று நினைக்கமாட்டார்

அதிக பட்சமாக அவருடைய தொடரில் கதாநாயகனுக்கு ஒரு கலக்டர் பெண்ணுடன் தோழமை இருந்தது, அவனை நினைத்துநினைத்து அந்த கலெக்டரம்மா உருகிக்கொண்டிருந்தார் என்று எழுதுவார். அவருக்கு இந்த மாதிரி நூதன புத்திதான் வேலை செய்யும். அவருடன் தங்கியிருந்தபோது இந்த மாதிரியான பழக்கவழக்கங்களைத் தெரிந்துகொண்டேன்.

நான் அங்கிருந்து ஊருக்குக் கிளம்பும்போது, ‘எப்பொழுதெல்லாம் ஓட்டலில் தங்கி வேலை செய்கிறேனோ, அப்பொழுதெல்லாம் உங்களுக்கு போன் செய்கிறேன். (அந்த வேளையில் எங்கள் வீட்டிற்கு போன் வந்துவிட்டது. கடிதம் போடுவது நின்று போயிற்று. போனில் கூப்பிட்டுப் பேசிக்கொண்டேயிருப்பார்.) உங்கள் அப்பாவிற்கு நீங்கள் சும்மா வந்து உட்கார்ந்து பேசிக்கொண்டிருந்தால் பிடிக்காது. வேலையைப் போட்டுக் கொண்டு வாருங்கள். சேர்ந்து ஓட்டலில் தங்குவோம்‘ என்றார். ‘நானும் உங்களுடன் நாகர்கோவிலில் தங்கி, இந்த வேலையை அங்கு செய்யலாம். சதாசிவத்திற்குத் தொடரைப் பற்றி அடிக்கடி விசாரிக்க வேண்டும். அவரால் நிம்மதியாகத் தூங்க முடியாது. ஒவ்வொரு தடவையும் ட்ரங்கால் புக் செய்ய வேண்டும் என்றார். இப்பொழுது மாதிரி நேரடியாகப் போனில் பேசும் வசதி அப்பொழுது கிடையாது. அவர் ஆசைப்பட்டாலும்கூட நாம் எப்பொழுதும் அவர்கூடத் தங்குவது நல்ல காரியம்

இல்லை. நிறைய வேலைகள் அவருக்கு இருக்கும். நான் இருந்தால் எப்படியும் கொஞ்ச வேலை கெட்டுத்தான் போகும். ஒரு அத்தியாயத்தை மூன்று நான்கு நாட்களில் எழுதிவிடுவார். தொடர் எழுத்தாளர் என்று சொல்லி அலட்சியமாக எதையாவது ஒன்றை எழுதி அனுப்புவது கிடையாது. அவரது கதையோ கட்டுரைகளோ பிடிக்கலாம், பிடிக்காமல் இருக்கலாம். ஆனால் அவர் தனக்கு எந்த அளவுக்குச் சிரத்தையாகச் செய்ய முடியுமோ அந்த அளவுக்கு முனைப்பாகச் செய்வதில் குறியாக இருப்பார். அத்தியாயத்தை எழுதியதும் இரண்டு, மூன்று முறை படித்துப்பார்த்து, திருத்தங்கள் அதிகமாக இருந்தால் அதைத் திரும்ப எழுதி எல்லாம் பண்ணுவார். நம்ம வாசகர்களிடம் நல்ல அபிப்பிராயத்தை ஏற்படுத்தி யிருக்கிறோம், அதை எல்லா காலத்திலேயும் தக்க வைத்துக் கொள்ள வேண்டும் என்பதில் கவனமாக இருப்பார். சில ஆசிரியர்களுக்குப் பெயரும் புகழும் வந்ததும் நாம் எது எழுதினாலும் வாசிப்பார்கள் என்கிற எண்ணம் வந்துவிடும். அந்த எண்ணம் அவருக்கு அறவே வரவில்லை.

இன்னொரு முக்கியமான விஷயம். எழுத்தாளர்களை நானும் நம்பியும் சேர்ந்துதான் அதிகமும் சந்தித்திருக்கிறோம். ஒவ்வொரு தடவையும் நகுலனை நானும் நம்பியும் சேர்ந்தே சந்தித்திருக்கிறோம். ஆனால் பார்த்தசாரதி சென்னையிலிருந்ததால் நாங்கள் சேர்ந்து சந்திப்பதற்கான வாய்ப்பு குறைவு. நம்பி மேலே அவருக்கு மிகவும் நல்ல அபிப்பிராயம் இருந்தது. நம்பியின் வியாபாரம் எப்படி நடக்கிறது, அவருக்கும் அவருடைய அப்பாவுக்குமான உறவு, அவருடைய திருமணம், குழந்தை இருக்கிறதா என்று ஒவ்வொரு விஷயத்தையும் விசாரிப்பார்.

நம்பியின் நெருக்கமான நண்பர் ஒருவர் சென்னையில் இருக்கிறார். அவர் ஒருதடவைகூட என்னிடம் நம்பியைப் பற்றி விசாரித்ததில்லை. ஆனால் நம்பி சென்னைக்குப் போயிருக்கும்போது போன் செய்தால், நாள் முழுவதும் இரண்டு பேரும் சேர்ந்து ஊரெல்லாம் சுற்றுவார்கள்.

நா. பார்த்தசாரதி

இதெல்லாம் இவரிடமுள்ள விசேஷ குணமாகத் தெரிந்தது. நம்பி சென்னை சென்றாலும் எனக்குத் தரும் அதே உபசரிப்புதான் அவனுக்கும். என்னைச் சந்திக்கும் போது அவன் அதுபற்றி விரிவாகச் சொல்லியிருக்கிறான். தீபம் பத்திரிகை ஆரம்பித்த பிறகு, 'அலுவலகத்திலேயே தங்கிக்கொள்ளலாம், என்கூடவே இருங்கள்' என்று நம்பியிடம் சொல்லியிருக்கிறார். நாம் எவ்வளவுதான் விரும்பக்கூடிய நண்பராயிருந்தாலும், அவருடைய வேலைகள் பாதிக்கப்படுவது நிச்சயம். இரவு உட்கார்ந்து எழுதுவாரா என்பது தெரியவில்லை. 'முக்கியமான ஓட்டலுக்கெல்லாம் அழைத்துப் போய்விட்டீர்கள், சுமாரான ஓட்டலுக்குப் போவோமே' என்றால் 'அதெல்லாம் செலவு செய்யக் கடவுள் இருக்கிறார், கவலைப்படாதீர்கள்' என்பார். நம்பிக்கு அந்தக் கடவுள் யாரென்று தெரியுமாதலால் அந்தக் கடவுள் முழுச் செலவையும் எடுத்துக்கொள்ளுவார் என்று தோன்றவில்லை. 'இவருக்கும் செலவு இருக்கும், அவர் அதைப் பொருட்படுத்துவதில்லை' என்பான்.

நம்பிக்கு வாழ்க்கையில் நெருக்கடியான சூழல் ஏற்பட்டது. எதிர்பார்த்த அளவு வியாபாரம் முன்னேறவில்லை. அப்பாவுக்கும் பையனுக்குமான உறவு மிகவும் மோசமாகிவிட்டது. நாகர்கோவிலில் இருக்கப் பிடிக்காமல் வெளியூரில் வேலை தேட நினைத்தான். கொடுமுடி ராஜகோபாலன் என்கிற எழுத்தாளர், 1956இல் நாகர்கோவிலில் நடந்த எழுத்தாளர் மாநாட்டில் செயலாளராக இருந்தவர். 1959இல் நடந்த அகில இந்திய எழுத்தாளர் மாநாட்டில் இருந்த க.நா.சு., கொடுமுடி ராஜகோபாலன், சுந்தரம் என்கிற மூன்று செயலாளர்களில் ஒருவர். நிறையப் பேருடன் தொடர்புடையவர். காமராஜரோடு நெருக்கமானவர். அந்தச் சமயம் காமராஜர் நவசக்தி என்கிற பத்திரிகை ஆரம்பித்திருந்தார். நம்பிக்கு கொடுமுடியையும் அவரது மனைவியையும் நன்கு தெரியும். நம்பி அவரைப் போன் மூலம் தொடர்பு கொண்டார். நவசக்தியில் வேலை வாங்கித்தருவதாகக் கொடுமுடி ராஜகோபாலன்

சொல்லியிருக்கிறார். கொஞ்சம் பழகிவிட்டால் உதவி ஆசிரியராக இருக்கக்கூடிய, எல்லாவிதத் தகுதியும் நம்பிக்கு உண்டு. ஆனால் சென்னைக்குச் சென்றதும் துரதிர்ஷ்டவசமாக அங்கு கிடைத்தது மெய்ப்புப் பார்க்கும் வேலைதான். ராஜகோபாலன் அவரை உதவி ஆசிரியராகத்தான் போட முயற்சித்திருப்பார் என்பதில் சந்தேகமே இல்லை. 'தற்சமயம் இதிலிருந்துகொள், பின்னால் பார்த்து செய்கிறேன்' என்று சொல்லிவிட்டார்.

தற்செயலாக நான் சென்னை போயிருந்த வேளை பார்த்தசாரதியைச் சந்தித்தேன். என்னிடம், நம்பி வந்து அவரைப் பார்க்கவில்லை என்று வருத்தப்பட்டார். 'அவன் பார்ப்பது சொல்லிக்கொள்ளும்படியான வேலை இல்லை. வேலை பிடிக்கவும் இல்லை. ஏதோ கஷ்டத்தினால் இங்கு வந்திருக்கிறோம் என்று சொல்லி ஆட்களிடமிருந்து விலகியே இருக்கிறான். தப்பாக எடுத்துக்கொள்ளாதீர்கள்' என்றேன். 'என்னை வந்து பார்த்திருந்தால் முயற்சி செய்திருப்பேனே. உங்களுக்கும் தெரியுமே. ஏன் சொல்ல வில்லை' என்றார்.

நாங்கள் இருவருமே சென்னையில் யாரிடம் வேலை கேட்க வேண்டும், எங்கே தங்க வேண்டும், யார்யாரைப் பார்க்கணும் என்பது பற்றி விரிவாக பேசியிருக்கிறோம். எங்களுக்குப் பார்த்தசாரதியை போய் பார்ப்போம் என்கிற விஷயம் தோன்றவில்லை. அதற்காக மிகவும் வருத்தப் பட்டார். 'இப்பவும் ஒன்றும் கெட்டுப்போய்விடவில்லை. என்னை வந்து பார்க்கச் சொல்லுங்கள். ஏதாவது காரியம் செய்கிறேன். அவருக்கு திருப்தியாக இருந்தால் வேலை பார்த்தால் போது'மென்றார். நான் ஊருக்கு வந்ததும் பார்த்தசாரதியைப் போய்ப் பார்க்கும்படி நம்பிக்கு விரிவாகக் கடிதம் எழுதினேன். அவன் போய்ப் பார்க்கவேயில்லை. அதற்குக் காரணம் வாழ்க்கையில் ஏற்பட்ட சலிப்புதான்.

நண்பர்களுக்கு உதவ வேண்டுமென்பதில் பார்த்தசாரதி துடிப்புடன் இருப்பார். நான்தான் வேலை வாங்கிக்

கொடுத்தேன் என்று விளம்பரப்படுத்திக்கொள்ளவும் மாட்டார். வேலை இல்லாமல் இருப்பதில் ஒரு இளைஞன் மனரீதியாகப் பாதிக்கப்பட்ட நிலையில் இருப்பான். அவனைத் துன்புறுத்தாமல் உறுத்தலாக நினக்காதபடிக்குக் காரியம் செய்வார்.

நான் இப்பொழுது சொன்னதிலிருந்து பார்த்தசாரதி எப்பவுமே தன்மையுடன்தான் பழகுவார், எல்லாரிடமும் இனிமையாகத்தான் பேசுவார் என்கிற மனப்பதிவு உங்களுக்கு ஏற்பட்டிருக்கமுடியும். ஆனால் அவருக்கு இன்னொரு முகமும் உண்டு.

அந்த முகம் என்னவென்றால், ஒருவர் அவருக்குச் செய்கிற காரியம் சரியில்லை என்று பட்டால் பெரும்பாலும் அவனிடம் சமாதானமாகத்தான் பேசுவார். உதாரணமாக, சர்வர் ஒருவன் தப்பாகப் பேசிவிட்டான் என்று வைத்துக் கொண்டால் அப்படிப் பேசுவது சரியில்லை என்று சொல்லுவார். அதோடு மட்டுமல்ல, தன்னைவிடக் குறைந்த வேலை பார்க்கிற ஆட்களைக்கூட சமத்துவமாக நடத்துவார். அதற்கு முக்கிய காரணம் தான் ஏழைப்பங்காளன், கடைசிவரையிலும் ஏழைகளிடம் அனுதாபத்துடன்தான் பேசவேண்டுமென்று ஏற்கெனவே தீர்மானம் செய்து வைத்திருக்கிறார். அவருடைய கதாநாயகர்களும் பெரும்பாலும் அப்படித்தான் நடந்துகொள்வார்கள். ஏழைகளை மட்டந்தட்டுகிற காட்சி எதுவுமே அவருடைய தொடர்கதையில் வராது.

இப்படி பேசுகிறவர், திடீரென்று ஒருவன் தப்பான விஷயத்தைச் சொல்கிறான், தன்னைப் பொருட்படுத்த வில்லை என்றால் ரொம்ப கத்த ஆரம்பித்து விடுவார். நாமென்றால் கத்திவிட்டு வந்துவிடுவோம். அவர் உடனேயே கல்லாவில் இருப்பவரிடம் சொல்லுவார். அப்பொழுதுதான் நான்கு பேர்கள் வந்து கவனிப்பார்கள். என்னப்பா பெரிய மனிதர்களிடம் உங்கள் ஆள் இப்படி சின்னத்தனமாக நடந்துகொள்ளலாமா என்பார்கள். அவர் மழுப்பினால் மூன்றாவது மாடியில் ஏஸியில்

அமர்ந்திருக்கும் முதலாளியைத் தேடி கிடுகிடுவென்று போய்விடுவார். நாம் அவருடன் இருக்கிறோம் என்பதுகூட அப்பொழுது மறந்து போய்விடும். இருப்பதிலேயே மேல் அதிகாரியைப் பார்த்துப் புகார் கொடுப்பதில் எவ்விதத் தயக்கமும் கிடையாது. நமக்கெல்லாம் தயக்கம் வரும்.

ரயில் நிலையத்தில் வைத்து தகராறு வந்தால் ஸ்டேஷன் மாஸ்டர், அதற்கும் மேலதிகாரியைப் பார்த்து விஸிட்டிங் கார்டைக் கொடுத்து, 'தப்புத்தான் கூடிய சீக்கிரம் அந்தக் காரியத்தை கவனிக்கிறேன்' என்கிற பதிலை வாங்கிவிடுவார். அவர் பிரபலமாக இருந்தார் என்பதும், தோற்றத்தில் வித்தியாசமாக இருந்தார் என்பதும் காரணமானாலும் அப்படி இல்லாவிட்டாலும் அதை வேறுவிதமாக அணுகத்தான் செய்வார். ஒருவர் திமிர் காட்டுகிறார் என்பதை அவரால் சகித்துக்கொள்ளவே முடியாது. இந்த மாதிரி பத்து, பதினைந்து விஷயங்கள் எனக்குத் தெரிந்து நடந்திருக்கிறது. இது மாதிரி விஷயத் திற்காகக் கலக்டரைப் போய்ப் பார்க்கக்கூடத் தயங்க மாட்டார். இதெல்லாம் தன்னம்பிக்கையிலிருந்து வருவது. சிறு வயதில் அவருக்குத் தன்னம்பிக்கை இல்லாமல் இருந்திருக்கலாம், பயந்திருக்கலாம், கூனிக் குறுகி வாழ்ந்திருக்கலாம், வயதான பிறகு இப்படி இருக்க வேண்டிய அவசியமில்லை, நாம் நிமிர்ந்து வாழணும் என்று நினைத்திருக்கலாம் என்று எனக்குத் தோன்றும். இதெல்லாமே பெரும்பாலும் அவருடைய கதாநாயகர்களிடமிருந்து தோன்றுவதுதான். அவருடைய கதாநாயகர்கள் பெரும்பாலும் இப்படித்தான் இருப்பார்கள் என்று நம்பி சொல்லுவான். நான் அவருடைய நாவல்களைப் படித்ததில்லை. கட்டுரைகள், சிறுகதைகள்தான் படித் திருக்கிறேன்.

பார்த்தசாரதிக்கு வரும் கோபம் மாதிரியே அழகிரிசாமிக்கும் வரும். ஆனால் எக்கச்சக்கமாகக் கோபப்பட்டுவிட்டு அங்கிருந்து போய்விடுவாரே தவிர மேற்கொண்டு நடவடிக்கை எடுக்கமாட்டார்.

பெரும்பாலான ஆட்கள் அப்படித்தான் இருப்பார்கள். ஆனால் இவர் ரயில்வே அதிகாரி இல்லையா, அதற்குமேல் யாரிருக்கிறார்கள் என்றெல்லாம் விசாரித்து டெல்லிக்கே போய்விடுவார் என்று தோன்றும். இன்னொரு முக்கியமான விஷயம் என்னவென்றால் அழகிரிசாமியுடைய குணங்களில் லாஜிக் இருக்காது. திடீரென்று டென்ஷனாகிவிடுவார். அது அவருடைய மூட் சம்பந்தமாக இருக்கலாம்; அல்லது மனதுக்குள்ளேயே சிரிச்சுப் பேசுகிறான், மனதுக்குள் சூழ்ச்சி செய்கிறான், தனக்குரிய கௌரவம் தர மறுக்கிறான் என்று நினைப்பார். அப்படி கற்பனை செய்துகொள்ளவும் செய்வார். அப்படித் தோன்றினால் அவருடைய உணர்ச்சிகளெல்லாம் அதிகமாகி தர்க்க மில்லாமல் நடந்துகொள்ளுவார் அழகிரிசாமி. இப்படி நடந்துகொண்டார் என்று மற்றவர்கள் கேள்விப்பட்டால், அழகிரிசாமி செய்ததுதான் தப்பு, மற்றவர்கள் அவர் புண்படும்படி நடந்துகொள்ளமாட்டார்கள் என்பார்கள். அவர்களால் இதைப் புரிந்துகொள்ளவே முடியாது. ஆனால் பார்த்தசாரதியின் நடவடிக்கை பற்றி அப்படி யல்ல. அவரை இப்படிப் பேசினால் அப்படித்தான் செய்ய வேண்டும் என்கிற விஷயம் இருக்கும்.

ஒருமுறை சென்னை சென்றிருந்தபோது, 'நான் பம்பாய் போகிறேன், நீங்களும் வாருங்கள்' என்றார். எனக்கு இது மிகவும் ஆச்சரியமாக இருந்தது. அவர் பம்பாய் போகிறாரென்றால் என்னை எதற்குக் கூட்டிக் கொண்டு போகவேண்டும். அவருக்குத் தங்க ஏற்பாடு செய்திருக்கும் இடத்தில் நானும் தங்குவது உசிதமா? 'நீங்கள் பம்பாய் பார்த்திருக்கிறீர்களா' என்று கேட்டார். 'எனக்கு பம்பாய் போகவேண்டிய வாய்ப்பே ஏற்பட்ட தில்லை' என்றேன். 'அப்பாவிடம் குறிப்பிட்ட தேதிக்குள் வருகிறேன் என்று சொல்லியிருக்கிறேன். அதுபடி செய்ய வேண்டு'மென்றேன். 'உங்கள் அப்பாவின் விஷயமென்றால் எனக்கு ஒன்றுமே சொல்லும்படி இருக்காதே, நான் வாயடைத்துப் போய்விடுவேன்' என்றார். 'அவர் வேண்டா மென்று சொன்னால் அதில் நியாயமிருக்கும். அந்தளவுக்கு

சுந்தர ராமசாமி

கடையில் வீட்டில் எல்லாம் வேலையிருக்கும். நான் கேட்பதே சரியில்லை' என்றேன்.

மறுநாள் காலை, 'நீங்கள் பம்பாய் வரலாம். உங்கள் அப்பாவிடம் இரவு போனில் பேசினேன். உங்களை அழைத்துப் போகும்படிச் சொல்லிவிட்டார். அவனை பம்பாய்க்கு அனுப்ப வேண்டும் என்று எனக்கே ஆசை உண்டு. பம்பாய் தொடர்பு கிடைத்ததென்றால் கொள்முதலை பெங்களூரிலிருந்து பம்பாய்க்கு மாற்றிவிடுவோம். அவனைத் தனியாக அனுப்ப பயமாக இருக்கிறது. நீங்கள் கூட்டிக்கொண்டுபோய்ப் பழக்கப்படுத்துங்கள். அது நல்ல விஷயம் என்று சொல்லிவிட்டார்' என்றார். கடைசி நேரத்தில் எப்படி டிக்கட் ஏற்பாடு செய்தார் என்பதெல்லாம் தெரியாது. சௌகரியமாகப் போய்விட்டு வந்தோம்.

ஊருக்கு வந்தபின் அப்பா, 'செலவெல்லாம் நீயே செய்து கொண்டாயா, பார்த்தசாரதி செய்தாரா' என்று கேட்டார். 'என்னை நயா பைசாகூடச் செலவு செய்ய அவர் அனுமதிக்கவில்லை' என்றேன். உடன் ஐந்நூறு ரூபாய்க்கு ட்ராஃப்ட் எடுத்து நாபாவுக்கு அனுப்பிவிட்டார். இந்த மாதிரி விஷயங்களில் அப்பா கறாராக இருக்கக்கூடியவர். ஆனால் பார்த்தசாரதி அதைத் திரும்ப அனுப்பிவிட்டு அப்பா தப்பாக எடுத்துக்கொள்ளாமல் இருப்பதற்கு மிக நீளமான கடிதமும் எழுதி அனுப்பிவிட்டார். 'உங்களிடமிருந்து எவ்வளவோ அறிவுரைகள் பெற்றுக்கொண்டிருக்கிறேன், அதற்கு இது அற்ப விஷயந்தான்' என்று வார்த்தைகளால் குளிப்பாட்டிவிட்டார்.

உங்களுக்கு அப்பொழுது என்ன வயதிருக்கும்?

அவர் என்னைவிட இரண்டு வயது சிறியவராக இருக்கலாமென்று நினைக்கிறேன்.

உங்களைவிட பெரியவர் மாதிரி நடந்துகொள்வாரோ?

அப்படியெல்லாம் இல்லை. நட்பாக, உரிமையுடன் பேசுவார். அதாவது வாழ்க்கையில் வெற்றியடைந்தவர்

களுக்கு இருக்கும் தன்மை. அது அகங்காரம் இல்லை, உரிமையுடன் சொல்வது.

ரயிலில் போகும்பொழுது ரொம்ப நன்றாகப் பேசிக்கொண்டு வந்தார். பாரதியிலிருந்து ஆரம்பித்து நம்பிவரை நல்ல உயர்வான அபிப்பிராயம்.

கு.ப.ரா., க.நா.சு., பிச்சமூர்த்தி போன்றவர்களை யெல்லாம் நேரில் போய்ச் சந்திப்பார். அவர்கள், இவர் நவீன இலக்கியத்தைச் சேர்ந்தவரில்லை, பழமையான பத்தாம்பசலி என்கிற எண்ணத்துடன்தான் பழகுவார்கள். க.நா.சு.வெல்லாம் கிண்டலாக மனது புண்படும்படி யெல்லாம் பேசியிருக்கிறார். ஆனால் உண்மையிலேயே அந்த இலக்கியத்தில் ஆர்வம் இருந்ததால்தான் தொடர்ந்து எழுத்தாளர்களைச் சந்தித்துக்கொண்டிருந்தார்.

அவருக்குப் புகழ் வந்தபிறகும்கூட அதைத் தொடர்ந்து செய்துகொண்டிருந்தார். பிச்சமூர்த்தியைச் சந்திப்பதற்குச் சந்தர்ப்பம் கிடைத்தால் விடமாட்டார். அடிக்கடி சென்னையில் எழுத்தாளர்களுக்கு விருந்து வைப்பார். சென்னையிலுள்ள அவ்வளவு முக்கிய எழுத்தாளர்களையும் கூப்பிடுவார். எல்லா எழுத்தாளர்களையும் ஒரே சமயத்தில் சந்திக்க வேண்டுமானால் இவர் அளிக்கும் விருந்துக்குப் போய்விட்டால் போதும். இப்படி அடிக்கடி நடக்கும் விருந்திற்கு செலவு எப்படி, கைப் பணத்தைதான் செலவு செய்கிறாரா என்பதெல்லாம் தெரியாது.

பம்பாயில் அவருக்கு ஏக ஏற்பாடு. நான்கு நாளுக்குப் பிறகு, 'நீங்கள் இரண்டு நாள்கூட இருப்பதானால் டிக்கட்டை மாற்றித் தரலாம், இவரும் இருக்கட்டும்; அதனால் பிரச்சனை ஒன்றும் இல்லை' என்றார்கள். நான் இருந்ததால் குறிப்பிட்ட நாளில் இருவரும் வந்துவிட்டோம். மேலும் பம்பாய் செல்வது என்பது அவருக்கு அடிக்கடி நிகழக்கூடிய காரியந்தான்.

அங்கிருந்த அந்த நான்கு நாள் அனுபவங்கள் ரொம்ப வித்தியாசமாக இருந்தன. அவர் எப்பவுமே டாக்ஸிதான்

பிடிப்பார். இங்கு பஸ்ஸில் போய்க்கொண்டிருப்பவன் பம்பாயில் டாக்ஸி பிடிப்பதுதான் புத்திசாலித்தனம். இல்லையென்றால் எங்கு நிற்கணும், எங்கு ஏறவேண்டும் என்பது தெரியாமல் இருக்கும். அப்படி அவர் போன வேலைகளில் ஒரு இடத்துக்குக்கூட நான் இல்லாமல் போனதில்லை. அதில் எந்த ஒளிவுமறைவுமில்லை.

பத்திரிகை சம்பந்தமான வேலைகள், வீட்டுக்குச் சாமான்கள், மனைவிக்கு நகைகள் என்று தினம் மாலை வாங்குவதற்குப் பெரிய பட்டியலே இருந்தது. தினம் காலை டிஸ்கஷன் நடக்கும். எனக்கு கூட்டத்தில் பேசுவதைவிட டிஸ்கஷன்தான் பிடிக்கும் என்கிற காரணத்தால் அவரும் அதில் கலந்துகொள்ள ஆரம்பித்தார். 'ஒருவர் இரண்டு மணிநேரம் பேசிவிட்டு, கூட்டத்திலிருப்பவர்கள் என்ன நினைக்கிறார்கள் என்று தெரிந்துகொள்ளாமல் போவது வெட்கங்கெட்டத்தனம், நீங்கள் கலந்துரையாடல் வைத்தால் வருகிறேன், என்று சொல்லுவேன். அதனால் கலந்துரையாடலுக்கு ஏற்பாடு செய்து அதில் அவரும் பங்குகொள்ள ஆரம்பித்தார்.

கூட்டத்தில் நன்றாகவே பேசுவார். இந்த மாதிரி இடத்தில் பேசும்போது அவருடையப் பேச்சு பத்தாம் பசலித்தனமாக இருக்காது. விவரமாகத்தான் பேசுவார். 'ஒரே ஒரு கேள்வி. இப்படி பேசுகிறீர்கள். ஆனால் எழுதுவது மாத்திரம் வேறுவிதமாக கல்கி மாதிரி, சாண்டில்யன் மாதிரி எழுதுகிறீர்களே, இவர்கள் அத்தனை பேர்மீதும் பாராட்டுணர்வு இருந்தால் இவர்கள்போல் எழுதலாமே, என்று கூட்டத்தில் ஒருவன் – ரொம்ப துணிச்சல் உள்ள ஒருவன் – கேட்பான். சபையில் அவருடைய விசிறிகளுக்கு நடுவில் அமர்ந்திருக்கும் அந்த ஆளுக்கு அப்படிக் கேட்பதற்கு ரொம்பவே துணிச்சல் வேண்டும். ஏதோ பதில் சொல்லுவார். அது எடுபடாது.

'என் பக்கத்தில் அமர்ந்திருக்கிறாரே இவர் சுந்தர ராமசாமி' அவர்களுக்கு யாரென்றே தெரியாது. முன் பின் தெரியாத ஆளைக் கொண்டு இங்கு உட்கார்த்தி

வைத்துக்கொண்டிருக்கிறாரே என்று திருதிருவென்று விழிப்பார்கள். ‘அவர் அற்புதமாக எழுதுவார். நீங்கள் படித்திருக்கிறீர்களா என்பது தெரியாது. இனியாவது படியுங்கள். படிக்கவில்லையானால் உங்களுக்குத்தான் நஷ்டம். நான் ரசித்துப் படிப்பேன். ஆனால் அவர்போல் எனக்கு எழுத முடியாது’ என்று சொல்வாரேயொழிய அதில் முழு உண்மை இருக்காது. அவருக்கு வாழ்க்கையில் சில அபிலாஷைகள் இருக்கின்றன. நாம் வாழும் காலம் அறுபதோ எழுபதோ ஆண்டுகள். வாழ்க்கையை அமைத்துக்கொள்வது நம் கையில்தான் இருக்கிறது. நாம் அதைச் செய்து முடித்துவிடவேண்டும் என்பதுதான்.

நாங்கள் போன மறுநாள் காலை ஏழு மணி இருக்கும். ஓட்டல் அறை கதவைத் தட்டும் சத்தம் கேட்டது. திறந்ததும் பதினெட்டு வயது இளம் பெண் நின்றுகொண்டிருந்தாள். ‘நாபாவைப் பார்க்கவேண்டும், நாங்கள் இரண்டு மூன்று பேர்கள் வந்திருக்கிறோம்’ என்றாள். ‘நான் பார்த்தசாரதி என்றுதான் கூப்பிடுவேன். அவருடைய விசிறிகள் நாபா என்றுதான் செல்லமாக அழைப்பார்கள். பத்து நிமிடங்கள் காத்திருங்கள். குளித்து ரெடியாகி வரவேண்டுமல்லவா’ என்றேன். ‘பத்து நிமிடங்கள் என்ன ஸார், ஒரு மணிநேரம் வேண்டுமானாலும் காத்திருக்கத் தயாராக இருக்கிறோம். ரெடியானதும் ரிஸப்ஷனுக்குப் போன் செய்யுங்கள் ஸார். தயவு செய்து ஏற்பாடு செய்யுங்கள் ஸார், உடன் வந்துவிடுகிறோம்’ என்றார்கள். பார்த்தசாரதி அப்பொழுது குளித்துக்கொண்டிருந்தார், என்னை அவருடைய பி ஏ என்று நினைத்துக்கொண்டுவிட்டார்கள்.

பார்த்தசாரதி தயாரானதும் பெண்கள் வந்து கேள்வி மேல் கேள்வி கேட்டுக்கொண்டிருந்தார்கள். எப்படி சிறுகதை – நாவல் எழுதுவது, எந்த வயதில் திருமணம் செய்து கொள்ள வேண்டும், எது சிறந்தது காதல் திருமணமா இல்லை அப்பா அம்மா பார்த்து நடத்தும் கல்யாணமா என்பது போன்ற கேள்விகளைக் கேட்டார்கள். காதல் திருமணந்தானே சிறந்ததென்று நாவலில் எழுதுகிறார்.

அவரிடமே அதுபற்றி நேரில் கேட்டுவிடுவோம் என்று கேள்விமேல் கேள்வி கேட்டுக்கொண்டிருந்தார்கள். அவரும் சளைக்காமல் பதில் சொல்லிக்கொண்டிருந்தார். இது போன்ற கேள்விகளைச் சென்னையிலிருக்கும் பெண் கேட்கமாட்டாள். பம்பாய்ப் பெண்ணிற்கும் சென்னைப் பெண்ணிற்கும் வித்தியாசமிருக்கிறது என்று தெரிந்துகொண்டேன்.

'காதல் திருமணம் செய்து கொள்ளலாம். அந்த பையனைப் பெற்றோர்களிடம் காட்டி, அவர்களுக்கு – முக்கியமாக அம்மாவுக்கு – பையனிடம் திருப்தி ஏற்பட்ட பிறகு திருமணம் செய்துகொள்ளலாம். அப்பாவுக்கு அபிப்பிராய வித்தியாசம் இருந்தாலும் அம்மாவே சரிகட்டிவிடுவாள்.' 'நீங்கள் காதல் திருமணமா' என்று கேட்டார்கள். 'என் அக்கா பெண்ணைத்தான் திருமணம் செய்துகொண்டிருக்கிறேன். குடும்பச் சூழல் அப்படி இருந்தது' என்றெல்லாம் பேசிக்கொண்டார்கள். நடுவில் அவர்களுக்கு காப்பியோ ஏதோ ஆர்டர் செய்வதற்காக அவர் வெளியில் சென்றார். அவர்களிடம், 'இவ்வளவு அதிகாலை வந்திருக்கிறீர்களே, உங்கள் வீடெல்லாம் எங்கே இருக்கிறது' என்று கேட்டேன். 'ஏழு மைல் தள்ளி இருக்கிறது. மூன்றுபேரும் சைக்கிளில் வந்தோம்' என்றார்கள். 'ஸ்கூலுக்கு பஸ்ஸில் போவோம். மற்றபடி இடங்களுக்கு பிளான் செய்து சைக்கிளில்தான் செல்வோம்' என்று சொன்னார்கள். அந்தக் காலகட்டத்தில் தமிழ்நாட்டில் சைக்கிளில் செல்லும் பெண்ணைப் பார்ப்பது அபூர்வம்.

என்னுடைய அடுத்தடுத்த கேள்விகளுக்கு 'பசித்தால் ஓட்டலில் சாப்பிடுவோம். அருகில் தியேட்டர் இருந்தால் படமும் பார்ப்போம். ஆனால் அம்மா, அப்பா தேடுவார்கள் என்பதால் வீட்டிற்கு போன் செய்துவிடுவோம். இரவு நேரம் சைக்கிளில் வரும்போது கவனமாக வரவேண்டுமென்று அறிவுறுத்துவார்கள்' என்றார்கள். வேறொரு உலகம் உருவாகிக் கொண்டிருக்கிறது என்று நினைத்துக் கொண்டேன்.

அவர்கள் போனபிறகு நானும் பார்த்தசாரதியும் பம்பாயை டாக்ஸியில் சுற்றிவிட்டு வருவது என்று தீர்மானித்து எங்கெங்கு செல்வது என்று பட்டியல் தயார் செய்துகொண்டோம். ஸ்கூல், காலேஜ் விடும்போது நூற்றுக்கணக்கான பெண்கள் சைக்கிளிலும் நடந்தும் வருவதைப் பார்க்க எனக்கு ஆசையுண்டு. ஜவுளி மார்க்கெட்டுக்குப் போகலாம். ஏதாவது உங்கள் நண்பரின் வீட்டிற்கு அறிவிக்காமல் சென்று குடும்பத்தாரின் எதிர்வினை எப்படியிருக்கிறதென்று பார்க்கலாம். இந்தப் பட்டியலில் முதலில் எழுதவேண்டும் என்று நான் நினைத்தது சிவப்பு விளக்கு ஏரியா. அவருக்குப் பிடிக்காது என்று கடைசியில் சொன்னேன்.

'உண்மையாகவா! உங்களுக்குப் பிடிக்குமா? எனக்கும் அப்படித்தான். இந்த மாதிரி இடங்களுக்கு எனக்குத் தனியாகப் போகப் பயம். அங்குள்ள பெண் கூப்பிட்டால், சிரித்தால் என்னால் தாங்கமுடியாது. வலையில் விழுந்துவிடுவேனோ என்கிற பயமெல்லாம் கிடையாது. நாம் இருவரும் சேர்ந்து போகலாம்' என்றார்.

'நாம் அழைத்துப்போகும் ஆள் வேறுவிதமாகக் கற்பனை செய்துகொண்டுவிடக்கூடாது. ஒரு திரில்லுக்காகப் போகிறோம். அந்தப் பெண்களை நேரில் பார்க்கும் ஆசையில்தானே நாம் போகிறோம் இல்லையா' என்று சொல்லி எப்படியோ ஒருவரைக் கண்டுபிடித்துவிட்டார். அந்த ஆள் அவர்களுக்குச் சம்பந்தமில்லாமல் மாலை ஆறு மணிக்குக் கூட்டிப் போனார். பம்பாயில் எதெல்லாம் பார்க்க நினைத்தோமோ கிட்டத்தட்ட அதையெல்லாம் பார்த்துவிட்டோம்.

'எனக்குத் தெரிந்தது. பாரதி கண்ட கனவுகளெல்லாம் உண்மையான கனவுகள்தான். அது உலகத்தில நடக்கப் போகிறது. பம்பாய்வரையிலும் வந்துவிட்டது. சென்னைக்கு ரயில் ஏறிவரணும். இதெல்லாம் எப்படி தீர்க்கதரிசனமாக சொல்லியிருக்கிறார் என்று வியந்திருக்கிறேன்' என்றேன். 'எனக்கும் சிறுவயதிலேயே இந்த உணர்வு வந்துவிட்டது.

பாரதி சொன்ன உலகந்தான் உருவாகப்போகிறதென்று. பல கூட்டங்களில் நானும் பேசியிருக்கிறேன்' என்றார்.

பம்பாயிலிருந்து வந்ததும் அப்பா வழக்கத்திற்கு மாறாக, 'எங்கு தங்கினீர்கள்? வசதியான ஓட்டலா, என்ன வாடகை? அங்கு சாப்பிட்ட உணவுகள் என்ன? தமிழ்ச் சங்கத்திலிருந்து அவரைப் பார்க்க நிறையபேர்கள் வந்தார்களா' என்றெல்லாம் கேள்விமேல் கேள்வி கேட்டு விரிவாகத் தெரிந்துகொண்டார்.

சென்னைக்கு நான் போய்விட்டு வரும்பொழுதும் நம்பி போய்விட்டு வரும்பொழுதும் நாலைந்து வருடங் களில் பார்த்தசாரதியின் வாழ்க்கையில், அவர் படிப்படி யாக மேலே போகும் நாடகப்பாங்கான மாற்றங்கள் பற்றி பேசிக்கொள்ளுவோம்.

'நம்முடைய வாழ்க்கையிலெல்லாம் எந்த மாற்றமும் ஏற்படுவதில்லையே. போன ஜன்மத்திலும் இப்படித்தான் இருந்திருப்போமோ தெரியாது. வேண்டுமானால் நீங்கள் கார் ஓட்டாமல், நான் சிகரெட் பிடிக்காமல் இருந்திருக்க லாம். மற்றபடி எந்த மாற்றமும் இருந்திருக்காது என்றுதான் தோன்றுகிறது' என்று நம்பிசொன்னான். பார்த்தசாரதியிடம் நம்பி சொன்னதைச் சொன்னதும் மிகவும் பெரிதாகச் சிரித்தார். சந்தோஷம் தாங்க முடியவில்லை அவருக்கு.

அது உண்மைதான். தமிழ்நாட்டிலுள்ள காமராஜர் போன்ற முக்கியமான தலைவர்களையெல்லாம் அவருக்குத் தெரியும். அவர் நினைத்தால் எந்த நிமிடமும் அவர்களிடம் போனில் பேசலாம். வடநாட்டிலிருந்து இங்கு வரும் சில முக்கியக் காங்கிரஸ் தலைவர்களிடமும் அவருக்குத் தொடர்பு இருந்தது. கண்ணதாசனை நன்கு தெரியும். அவரைப் பார்க்கவரும் முக்கிய ஆட்களை இவரே அழைத்து அறிமுகப்படுத்துவது, அவர்களுடன் வெளியில் போவது என்று அவருக்கு விஐபி அந்தஸ்து கிடைத்துவிட்டது

இங்கிலீஷ் படிப்பு இல்லை. எவ்வளவு பெரிய தமிழ்ப் பண்டிதராக இருந்தாலும் ஆங்கிலம் தெரியவில்லை

என்பதில் பெரிய அளவுக்குத் தாழ்வு மனப்பான்மை – தமிழ்நாட்டில் எல்லாருக்கும் உள்ளதுதான் – அவருக்கும் இருந்தது.

அவருடைய கதாநாயகர்கள் ஆங்கிலம் பேசுவதாக நாவலில் வரும் இடங்கள் சரியான ஆங்கிலம் பேசுவதாகத்தான் அமைந்திருக்கிறதென்று என்னுடைய நண்பர்கள் சொன்னார்கள். ஒருமுறை அவர் வீட்டிற்குப் போயிருந்தபொழுது ஆங்கிலம் படிப்பதற்கான புத்தகங்கள் இருந்ததைப் பார்த்தேன். அவருக்கு அப்பொழுது முப்பத்திரண்டு வயதிற்கு மேல் இருக்கலாம். நாலைந்து வருடங்களுக்குள் நன்கு எழுதவும் ஓரளவுக்குப் பேசவும் கற்றுக்கொண்டுவிட்டார். நான் ஒருமுறை டெல்லி சென்றிருந்தபொழுது பல நண்பர்களைச் சந்தித்தேன். சாகித்திய அக்காதெமி தொடர்புடையவர்களும் இருந்தார்கள். அவர்களுக்கு நான் ஏதோ எழுதிக்கொண்டிருக்கிறேன் என்பது தெரியும். ஜெயகாந்தனை நன்றாகவே தெரியும். அதை வைத்துச் சில காரியங்கள் செய்ய வேண்டியிருப்பதால் ஒவ்வொரு மாகாணத்திலும் முக்கியமானவர்கள் யார் என்பது அவர்களுக்கு தெரிந்திருக்க வேண்டும். அகிலனைத் தெரியும். அதற்கு முந்தைய காலகட்டத்தில் கல்கி முக்கியமான எழுத்தாளர் என்பது தெரியும். புதுமைப்பித்தனைத் தெரிந்திருக்கவில்லை. அந்த வரிசையில் பார்த்தசாரதியைத் தெரிந்திருந்தது.

அக்காதெமி செயலாளரைச் சந்தித்தபொழுது 'பார்த்தசாரதி முக்கியமான எழுத்தாளரா' என்று கேட்டார். 'ஜனங்கள் மிகவும் விரும்பிப் படிக்கக்கூடிய எழுத்தாளர்' என்று சொன்னேன். அவர் மூலம் அடிக்கடி பார்த்தசாரதி சாகித்திய அக்காதெமிக்கு வருவார் என்பது தெரிந்தது.

அங்குஎன்ன பதவியிலிருந்தார், அந்தத்தொடர்புகளைப் பயன்படுத்தி என்னென்ன காரியங்கள் செய்தார் என்பதெல்லாம் எனக்குத் தெரியாது. பின்னால் நண்பர்கள், சாகித்திய அக்காதெமி பரிசு கிடைக்க வாய்ப்பில்லாத,

கிடைப்பதற்குத் தகுதியான நாலைந்து பேர்களுக்காவது பரிசை வாங்கிக் கொடுத்தார் என்று சொன்னார்கள். இது முக்கியமான விஷயமாக எனக்குப் பட்டது. தன்னுடைய நண்பர்கள், தனக்கு வேண்டியவர்கள் என்று பார்க்காமல் சமுதாயத்தில் யாருக்குத் தகுதி இருக்கிறதோ, வயதும் ஆகிக்கொண்டிருக்கிறதோ அவர்களுக்காக முயற்சி செய்து வாங்கிக்கொடுத்தார் என்று பரவலாகச் சொல்லிக் கேள்விப்பட்டிருக்கிறேன். அதில் ஆர்வத்துடன் இருந்தார் என்பதில் சந்தேகமேயில்லை. வல்லிக்கண்ணன், க.நா.சு., போன்றவர்களுக்கு அவருடைய முயற்சியில்தான் கிடைத்தது. அழகிரிசாமிக்கும் செல்லப்பாவுக்கும் எவ்வளவோ முயற்சி செய்தார்.

நம்பியிடம் ஒரு சந்தர்ப்பத்தில், 'நான் எவ்வளவோ பேர்களுக்கு உதவிகள் செய்திருக்கிறேன், எந்தப் பயன்பாடும் அடையாதவர்கள் நீங்களும் சுந்தர ராமசாமியும்தான் என்றாராம். 'நான் இப்பொழுது புதிதாகப் பத்திரிகை ஆரம்பிக்கப் போகிறேன். முற்றிலும் தரமான பத்திரிகை. உண்மையாகவே தரமான பத்திரிகைதான். ஆயிரம் காப்பியோ ஐந்நூறோ விற்றாலும் சரி எந்தவித சமரசமும் செய்து கொள்ளப்போவதில்லை. ஆரம்பத்திலிருந்து ஒவ்வொரு பத்திரிகையிலும் அவர் எழுத வேண்டும். நீங்களும்தான். தொடர்கதை எழுதினால் மிகுந்த மகிழ்ச்சி அடைவேன்' என்றாராம். கதை வேண்டும் என்று அவரிடமிருந்து போன் வந்தது. 'முட்டைக்காரி' என்ற கதையை அனுப்பினேன். அதில் முலை என்ற வார்த்தை வரும். அழகிரிசாமியும் அவரும் நெருங்கிய நண்பர்களாக இருந்தார்கள். அவரிடம் 'அந்த வார்த்தையை மாற்றி, வேறு வார்த்தை போடலாமா' என்று கேட்டாராம். 'தாராளமாகப் போட்டுக்கொள்ளுங்கள், நான் ராமசாமி யிடம் சொல்லிக்கொள்கிறேன்' என்று சொல்லியிருக்கிறார். அவரிடம் கேட்டு செய்வதுதான் முறை என்று எனக்கு போன் செய்தார். 'மார்பகம் என்று மாற்றிக்கொள்ளட்டுமா' என்று கேட்டார். 'அதை மாற்ற வேண்டாம். என்னை பொறுத்தவரையில் அந்த வார்த்தைக்கு அந்த இடத்தில்

முக்கியத்துவம் இருக்கிறது. கதையைத் திரும்பி அனுப்பி விடுங்கள். அடுத்த தபாலிலேயே புதுக் கதை அனுப்பித் தருகிறேன்' என்றேன். என்ன நினைத்தாரோ அந்த வார்த்தையை மாற்றாமலேயே பிரசுரித்துவிட்டார். அதனால் வாசர்களிடமிருந்து எந்தப் பிரச்சனையும் வரவில்லை. ஆனால் எனக்கு என்ன பிரச்சனை வந்த தென்றால் என்னுடைய அப்பா அருகில் நின்றுகொண்டு பார்த்தசாரதி என்ன சொல்கிறான் என்று கேட்டுக் கொண்டேயிருந்ததுதான். நான் ஒன்றுமில்லை என்று சொன்னாலும் அவருக்கு நம்பிக்கை வரவில்லை. ஏதோ ரகசியம் இருக்கிறதென்ற சந்தேகந்தான் அவருக்கு.

எப்பொழுது பார்த்தசாரதி போன் வந்தாலும் அப்பா உடன் ஹாலுக்கு வந்துவிடுவார். பார்த்தசாரதி என்ன சொல்கிறான் என்று கேட்டுக்கொண்டிருப்பார். விஷயத்தை விளக்க வேண்டும். ஒவ்வொரு முறையும் போன் செய்துவிட்டு வைத்துவிடுகிறானே தம்மிடம் தரவில்லையே என்று அவர் நினைக்கிறாரோ என்பதை எனக்கு உணரத் தெரியவில்லை. ஒருமுறை அவர் போனில் பேசிவிட்டு 'பக்கத்தில் மாமா இருக்கிறாரா, பேசலாமா' என்று கேட்டார். 'பார்த்தசாரதிக்கு உங்களிடம் பேசவேண்டுமாம்' என்றதும் அவர் வந்த வேகத்தைப் பார்க்க வேண்டுமே, 'பார்த்தசாரதி சௌக்கியமா இருக்கேளா' என்று பெரிதாகக் கத்திப் பேச ஆரம்பித்துவிட்டார். 'அடுத்த தடவை வரும்போது ஆயுர்வேதம், சித்த மருத்துவத்திலுள்ள டானிக் மாதிரியான லேகியமெல்லாம் உங்களுக்கும் மாமிக்கும் வாங்கிவரட்டுமா' என்று அவர் கேட்க, 'வேண்டாம் வேண்டாம், நாங்கள் கேரளா பக்கத்தில்தானே இருக்கிறோம். நீங்கள் வாழ்க்கை யில் முன்னேறிப் போய்க்கொண்டிருக்கணும். அதுதான் என் ஆசை' என்று சொல்லிப் பேசியதில் எங்கப்பாவுக்குப் பரம திருப்தி. அதன்பிறகு நாலு தடவை போன் செய்தால் ஒரு தடவை அப்பாவிடம் பேசுவது என்கிற பழக்கத்தை ஏற்படுத்திக்கொண்டார். அதில் அப்பாவுக்கும் பரம திருப்தி.

'முட்டைக்காரி' கதை வாசகர்களின் வரவேற்பைப் பெறவில்லை. அதில் அவருக்கு சோர்வு தட்டியதுபோல்

தோன்றவில்லை. நம்பியிடம் 'இருவரும் தொடர்கதை எழுதி அனுப்புங்கள்' என்று கேட்டாராம்.

புதுக் கவிதை பற்றி அழகிரிசாமியும் பார்த்தசாரதியும் கூட்டங்களில் மிகவும் தாக்கிப் பேசுவார்கள். அழகிரிசாமி உணர்ச்சி வசப்பட்டு எதிர்க் கட்சியை உரத்த குரலில் தாக்கிப் பேசுவார். ஆனால் பார்த்தசாரதி எதிர்க் கட்சியைத் தாக்கிப் பேசவேண்டிய அவசியமில்லை. நம்ம பக்கத்து நியாயங்களைத் தர்க்கரீதியாக உறுதிபட எடுத்துரைத்தாலே போதுமென்று நினைப்பவர்.

ஒரு முறை நம்பியிடம், 'நீங்கள் இருவரும் தீபத்திற்கு படைப்பு எதுவும் அனுப்ப வேண்டாம் என்று திட்ட மிட்டுச் செயல்படுவதுபோல் தோன்றுகிறது. என் நண்பர்களுக் கெல்லாம் ஏதோவிதத்தில் என்னால் முடிந்த உதவிகளைச் செய்துகொண்டிருக்கிறேன். உங்களுக்குச் செய்வதற்கான சந்தர்ப்பத்தைத் தருவதில்லை. நண்பர்கள் அல்லாதவர் களுக்கும் படைப்பு தரமாக இருக்குமானால் சிபாரிசு செய்திருக்கிறேன். அது அவர்களுக்கே தெரியாது. இருவரும் கதையோ, கட்டுரையோ, தொடர்கதையோ அனுப்பினால் – நீங்கள் தொடர்கதை என்றால் அவர் கதை அல்லது கட்டுரை அனுப்பினால், இருவரையும் இணைத்து வால்போஸ்டர் ஒட்டி பெரிய அளவில் விளம்பரம் செய்வேன். சுந்தர ராமசாமியின் பத்துக் கதைகளைப் பாடப் புத்தகமாகப் போடுவதற்காக செலக்ட் செய்து அனுப்பும்படி சொன்னேன். அதில் அவர் அக்கறையே காட்டவில்லை' என்றெல்லாம் வருத்தப்பட்டாராம்.

நான் எழுத முனைப்பு காட்டாததற்குக் காரணம், தீபத்தின் முதல் பிரதியைப் பார்த்ததுமே எனக்கு மனச் சோர்வு ஏற்பட்டதுதான். மோசமான பத்திரிகை என்று சொல்லமாட்டேன். அதில் நல்ல விஷயங்கள் வந்திருக்கிறது. ஆனால் ஒரு பழைய பத்திரிகையின் தோற்றத்தில் இருந்ததுதான். ரொமண்டிஸத்தில் ஈடுபாடு உள்ளவர் என்பதால் அட்டை, உள்பக்கத்து படங்களில் அதன் தன்மை வெளிப்படும். அதை நீக்கி இருந்தால் இருவரும்

கொஞ்சம் ஒத்துழைத்திருப்போம். இந்தக் குறிப்பிட்ட விஷயத்துக்கு ஏன் இவ்வளவு முக்கியத்துவம் கொடுத்திருக்க வேண்டும் என்று கேட்டால் அப்பொழுதைய மன நிலை அப்படித்தான் இருந்தது.

ஒரு முறை, 'நான் வெளியிலிருந்து வேலை செய்வதை விட்டுவிட்டு கல்கி ஆபீஸில் சேரப்போகிறேன். கதைகளை மதுரையில் என் வீட்டு விலாசத்திற்கு அனுப்புங்கள். என் மனநிலையை மாற்றிக்கொண்டிருப்பதால் எடிட் செய்யாமல் போட்டுவிடுகிறேன். பிடிக்கவில்லையானால் திரும்ப அனுப்புகிறேன்' என்று சொன்னார். நாலைந்து கதைகள் அனுப்பிக் கொடுத்தேன். அப்பொழுது எனக்குக் கதைக்குத் தலைப்பு வைக்க வராது என்கிற எண்ணமிருந்ததால், அவரேதான் தலைப்பு வைப்பார். நம்பியும் கவிதைகள் அனுப்பிய ஞாபகம். இதை ஒரு சந்தர்ப்பமாக நினைத்து நாங்கள் தொடர்ந்து ஒத்துழைக்கவில்லை என்பது அவருக்கு ஏமாற்றந்தான்.

குறிப்பிட்ட சந்தர்ப்பத்தில் எனக்கும் அவருக்கும் இடைவெளி ஏற்பட்டது. அது எதிர்பார்த்ததுதான். அழகிரிசாமி, பார்த்தசாரதி, நான் மூவரும் நெருங்கிய நண்பர்களாக இருந்தோம். நான் பார்த்தசாரதியை நேரடியாகவோ மறைமுகமாகவோ கிண்டல் செய்ய மாட்டேன். அழகிரிசாமி நல்லாவே கிண்டல் செய்வார். ஏதாவது சிறுகதை ஒன்றைப் பார்த்தசாரதி பாராட்டிச் சொன்னால் 'இந்த மாதிரி கதைகள்தானே உங்களுக்குப் பிடிக்கிறது, பின் ஏன் ராஜா ராணியைப் பார்த்துப் போகிறீர்கள்' என்று கேட்பார். அதற்கு அவர் சிரித்து மழுப்பிவிடுவார்.

அவருடைய கதைத் தொகுதி ஒன்றிற்கு முன்னுரை எழுதித்தரும்படி ஒரு சந்தர்ப்பத்தில் கேட்டது எனக்குத் தர்ம சங்கடத்தை ஏற்படுத்தியது. 'நீங்கள் எப்படி எழுதி னாலும் வருத்தப்படமாட்டேன்' என்றும் சொன்னார். அப்படி சொல்வார்களேயொழிய அவர்களால் தாங்கிக் கொள்ளமுடியாது. என் கதை பற்றிச் சொன்னால் எனக்கும்

அப்படித்தான் இருக்குமென்று நினைக்கிறேன். எனக்கு முன்னுரை எழுத விருப்பமில்லை என்பதைச் சொல்லி விட்டேன். அவருக்கு அதிர்ச்சியாகத்தான் இருந்தது.

ஒரு விதத்தில் பார்த்தால் அவருக்கு முன்னுரை எழுதுவது எனக்குக் கிடைத்த பெருமையாகத்தான் வாசகர்களுக்குத் தோன்றும். அகிலன் போன்ற பிரபல மானவர்களிடம் வாங்காமல் இவரிடம் வாங்கியிருக்கிறாரே என்றுகூட நினைத்துக்கொள்வார்கள். இதை வைத்து எனக்கும் பார்த்தசாரதிக்கும் மனதுக்குள் இடைவெளி உருவாகிவிட்டது என்பதை உணர்ந்தேன். மிகவும் கஷ்ட மாகத்தான் இருந்தது. இதை அழகிரிசாமியிடம் சொன்னதும், 'பொய்க் கோபமா நிஜக் கோபமா தெரியாது, நீங்கள் எழுதிக் கொடுக்கவேண்டியதுதானே' என்று அழுத்தி இருமுறை சொன்னார். 'நீங்க எழுதிக் கொடுக்கவில்லையானால் அந்த ஆள் என்னிடம் வந்து விடுவாரே' என்றார் கிண்டலாக. 'நீங்கள் எழுதிக் கொடுக்கலாமே' என்றேன். 'இந்த மாதிரி சில பேருக்கு லிபரலான முன்னுரை கொடுத்திருக்கிறேன். இவருடைய எந்த ஐடியாவும் எனக்கு ஒத்துவரவில்லையே' என்றார். அந்தப் புத்தகத்திற்குச் சதாசிவம் முன்னுரை எழுதியது பின்னால் தெரிந்தது. நான் மறுத்தது அநியாயமில்லை. அவருடைய தேர்வு நான் அல்லது அழகிரிசாமி அல்லது சதாசிவம் என்றிருக்குமானால் நான் மறுத்தது தவறில்லை என்று சமாதானப்பட்டுக்கொண்டேன். உறவு முறிந்துவிட வில்லை என்பதற்கு அடையாளமாக அப்பப்போ போன் செய்வது, தீபத்திற்கு கதை கேட்பது என்று வைத்துக்கொண்டிருந்தார்.

அவருக்கு சாகித்திய அக்காதெமி பரிசு கிடைத்தது. நம்பியிடம் கூப்பிட்டுச் சொன்னதும், 'தந்தி அனுப்புவோம்' என்றான். 'ஒத்துக்கொண்டமாதிரி ஆகிவிடாதா' என்றேன். 'அப்படியில்லை. அவர் நம்முடைய சிநேகிதர். பாராட்டுக் கூட்டத்துக்குப் போவதில்லையா அதுபோல, சந்யாசி கல்யாணத்துக்குச் சாப்பிடப் போவது போல' என்றெல்லாம்

உதாரணங்கள் சொன்னான். 'அவருக்கு மகிழ்ச்சியாக இருக்கும். நீங்கள் அனுப்பும் தந்தியில் என் பெயரையும் சேர்த்துக்கொள்ளுங்கள்' என்றான். தந்தி போய்ச் சேர்ந்த இரண்டு நாட்களுக்குள் எங்கள் இருவருக்குமே தனித்தனியாகக் கடிதம் வந்துவிட்டது. அவருக்குச் சந்தோஷம் சொல்லிமுடியாது.

ஒரு தடவை சென்னையில் கூட்டமொன்றில் பார்த்தபோது அவருடைய உடல்நிலை மோசமானதுபோல் தோன்றியது. கூட்டம் முடிந்ததும் சந்தித்துக்கொண்டோம். 'ஹோட்டலுக்குச் சாப்பிடப் போவோம்' என்றார். உடல்நிலை பற்றிக் கேட்டபோது, 'எனக்கு கொலஸ்ட்ரால் மிகவும் அதிகமாக இருக்கிறது. உணவை கண்ட்ரோல் செய்யும்படி டாக்டர்கள் சொல்லுகிறார்கள். என்னால் முடியவில்லை. அதுதான் பிரச்சனை' என்றார். அன்று அவர் பேசிய பேச்சுகள் விடை பெற்றுக்கொள்ளும் தோரணையிலிருப்பது போல் தோன்றியது. 'மதுரைக்குக் காரில் போனோமே நினைவிருக்கிறதா' என்று கேட்டார்.

நான் சென்னையில் இருக்கும்போது செகண்ட்ஹாண்ட் கார் வாங்கினார். அதை ஓட்டிப் பார்க்கப் போகும்போது என்னையும் அழைத்தார். 'எனக்கு காரைப் பற்றி ஒன்றும் தெரியாது. ஓட்ட மட்டுந்தான் தெரியும். கூட வருகிறேன்' என்று போனேன். 'எனக்குக் கற்றுக்கொள்ள முடியுமா' என்று கேட்டார். 'இரண்டு மூன்று மாதங்களுக்குள் சுலபமாக படித்துவிடலாம். ஒன்றும் பிரச்சனையில்லை' என்றேன். இங்கு பெண்கள் ஓட்டுவது குறைவாக இருக்கிறது. சாதாரண வீட்டு வேலை பார்க்கும் பெண்கள்கூட ஓட்ட முடியும். அந்தத் தரத்திலுள்ள ஆண்கள்தானே டிரைவர்களாக இருக்கிறார்கள் என்றெல்லாம் பேசிக்கொண்டோம். 'இரண்டு நாட்கள் கூடுதலாகத் தங்குவீர்கள் என்றால் நாம் மதுரைக்குப் போய்விட்டு வருவோம். மதுரையில் வீடு கட்டுகிறேன். பார்த்துவிட்டு வரலாம். நீங்கள் கார் ஓட்ட வேண்டும்' என்றார்.

இருவருமாகக் காரில் போய் மதுரை காலேஜ் அவுஸில் தங்கினோம். இரண்டு மணி நேரத்தில் அவர் வந்திருப்பது

தெரிந்து வாசகர்கள் போன் செய்ய ஆரம்பித்துவிட்டார்கள். மூன்று கல்லூரி மாணவிகள் வந்தார்கள். எனக்குப் பம்பாயில் பெண்கள் பார்க்க வந்தது நினைவிற்கு வந்தது. நான் சட்டை அணியாமல் தரையில் அமர்ந்து ஏதோ செய்துகொண்டிருந்தேன். மாணவிகளும் தரையில் அமர்ந்து கட்டிலில் அமர்ந்திருக்கும் பார்த்தசாரதியிடம் பேசிக்கொண்டிருந்தார்கள். அவர் குளிக்கக் கிளம்பியதும், 'குளித்துவிட்டு வாருங்கள். பிரயாணக் களைப்பில் இருப்பீர்கள். அரை மணிநேரம் பேசிக்கொண்டிருந்துவிட்டுப் போய்விடுகிறோம்' என்றார்கள். நான் அவர்களிடம் பேசிக்கொண்டிருந்தபோது அப்பா ரிசப்ஷனில் காத்திருப்பதாகவும் இவரைப் பார்ப்பதற்காக ஆவலுடன் வந்திருப்பதையும் சொன்னார்கள்.

என்னை அவர்கள் யார் என்று கேட்டபோது டிரைவர் என்று சொன்னேன். 'நீங்கள் மிகவும் பாக்கியசாலி ஸார்' என்றார்கள். ஏன் என்று கேட்டதற்குக் 'காரில் போகும்போதும் வரும்போதும் அவருடைய பொன்மொழிகளைக் கேட்டுக்கொண்டே வரலாமே ஸார். எங்களுக்கு அந்த மாதிரி அதிர்ஷ்டம் இல்லையே' என்றார்கள். அவர்கள் போனதும் பார்த்தசாரதியிடம் சொன்னேன். 'நீங்கள் அப்படி சொல்லியிருக்கக்கூடாது. எனக்கு வருத்தமாக இருக்கிறது' என்றார். 'சும்மா தமாசுக்குத்தான் சொன்னேன்' என்றேன்.

அழகர்கோவில்தான் அவருடைய சொந்த ஊர். அழகர்கோவில் எனக்குப் பிடித்தமான கோவில் என்பதால் நானும் போனேன். கோவிலுக்கு அருகிலிருக்கும் சத்திரம் மாதிரியான இடம் கொஞ்சம் டீசண்டாக இருக்கும். அதில் அறை போட்டிருந்தார். நடுவில் அவருடைய வீட்டிற்கும் அழைத்துப் போனார். அவருடைய அப்பாவின் உடல் நிலை மிகவும் மோசமாக இருந்தது. வீட்டுச் சூழல் மிகவும் ஏழ்மையான நிலையில், இவருடைய வாழ்க்கைத் தரத்துக்கு சம்பந்தமில்லாமல் இருந்தது. அது எனக்குச் சங்கடத்தை ஏற்படுத்திற்று.

நா. பார்த்தசாரதி

போதுமான அளவு அப்பா, அம்மாவைக் கவனிக்க வில்லையோ என்ற எண்ணம் ஏற்பட்டது. வாழ்க்கையில் அவர் எந்த அளவு பிரபலமாக இருக்கிறார் என்பது அவர்களுக்குத் தெரியுமா என்பதும் சந்தேகமாக இருந்தது.

சத்திரத்தில் எங்கள் அறையில் தண்ணீர் வராததால், என்னிடம் சொல்லிவிட்டு மதில் ஏறிச் சாடிப் பக்கத்து அறையில் முற்றத்திலிருக்கும் ஷவரில் குளிக்க ஆரம்பித்து விட்டார். 'பார்த்தசாரதி, திரும்ப வந்துவிடுங்கள், பிரச்சனையாகிவிடும்' என்று சொல்லிப்பார்த்தேன். ஒன்றுமில்லை ராமசாமி பயப்படாதீர்கள்' என்று சொல்லிவிட்டார். சத்திரம் என்பதால் முற்றத்தில்தான் குளிக்க வேண்டும். எனக்குப் பதற்றமாகிவிட்டது. பக்கத்து அறையிலிருக்கும் குடும்பம் வெளியில் போயிருந்தார்கள். பாதி குளித்துக் கொண்டிருக்கும்போது வந்துவிட்டார்கள். மோசமான சிக்கலில் மாட்டிக்கொள்ளப்போகிறோம் என்று மிகவும் பயந்துவிட்டேன். இந்தமாதிரி சாகசங்கள் செய்வதில் ஆசை உண்டு. அவரைப் பார்த்தால் இந்த மாதிரி செய்யக்கூடிய ஆளாகவே தோன்றாது. நம்பி சொன்னான். அவருடைய கதாநாயகர்களெல்லாம் இந்த மாதிரி சாகசமெல்லாம் செய்வார்கள் என்று.

அந்த ஆட்கள் இவரை அடித்தால் சுருண்டு விழுந்துவிடுவார். அந்த மாதிரி உருவம். இரண்டு ஆண்கள், இரண்டு பெண்கள், குழந்தைகள் என்று பெரிய குடும்பம். கதவைத் திறந்து உள்ளே சென்றதும் முற்றத்தில் குளித்துக் கொண்டிருக்கும் ஆளைப் பார்த்து, 'யாரடா அது இங்கு வந்து குளிப்பது' என்று கத்தும் சத்தம் கேட்டது. திரும்பிப் பார்க்காமலேயே 'பார்த்தசாரதி' என்றாராம். பிறகு என்ன நடந்தது என்பதைக் குளித்துவிட்டு வந்து அவரே சொன்னார். 'தொடர்கதையெல்லாம் எழுதுகிற எழுத்தாளர் பார்த்தசாரதியா' என்று கேட்டார்களாம். 'ஆமாம்' என்றதும் பெண்கள் ஓடி வந்து, 'ஸார் சுகமாக இருக்கிறீர்களா? எப்படி வந்தீர்கள் சார்? சாவி கேட்டிருந்தால் தந்துவிட்டு போயிருப்போமே. நீங்கள் எங்கள் அறையில் குளிப்பதற்கு குடுத்து வைத்திருக்கணும். சார் சோப்பு, துண்டு எதாவது

சுந்தர ராமசாமி

வேண்டுமா? டீ சாப்பிடுகிறீர்களா?' என்று ஏக உபசாரமாம். 'இந்த விஷயம் நினைவிருக்கிறதா' என்று கேட்டார். நன்றாக நினைவிருக்கிறது. 'இந்த இரண்டு சம்பவங்களையும் என் படைப்பில் பயன்படுத்திக்கொள்ளப் போகிறேன், நீங்கள் பயன்படுத்தாமல் இருந்தால்' என்று தமாஷாகச் சொன்னேன். 'தாராளமாகப் பயன்படுத்திக்கொள்ளுங்கள்' என்று அவரும் தமாஷாகச் சொன்னார்.

அவர் ஆர்எஸ்எஸ்ஸிலிருந்தது பற்றி: இவரும் பிற எழுத்தாளர்களும் போய் கவர்னரைப் பார்த்தார்கள். அதற்கு அகிலன்தான் தலைவர். மனு கொடுத்துவிட்டு வந்தார்கள். எதற்கு என்பது நினைவிலில்லை அது பற்றி என்னிடம் சொன்னார். 'நீங்கள் ஆர்எஸ்எஸ் கூட்டங்களில் பேசுவதாகக் கேள்விப்பட்டேனே' என்று கேட்டேன். 'அது முக்கியமான தேசிய இயக்கம். அவர்களெல்லாம் மிகவும் ஒழுக்கமானவர்கள். காந்திகூட அவர்களைப் பாராட்டியிருக்கிறார். அவர்கள் ஆட்சிக்கு வந்தால் பழைய காங்கிரஸ்காரர்கள் ஆட்சி செய்ததுபோல்தான் ஆட்சி செய்வார்கள். அதில் கலந்துகொள்வதில் எனக்கு எந்த ஒளிவு மறைவும் கிடையாது. சிலர் திட்டுகிறார்கள், திட்டிவிட்டுப் போகட்டும், நான் பொருட்படுத்தவில்லை' என்றார். பின்னால் அவருக்குத்தான் இடதுசாரிக் கட்சியைச் சேர்ந்தவர் என்கிற இமேஜ் உண்டு. தத்துவரீதியான இடதுசாரியே இல்லை அவர். ஏழைகள்பால் இரக்கமுண்டு. அவர்கள் நல்ல நிலைமைக்கு வரவேண்டும் என்கிற ஆசையுண்டு.

பின்னால் காந்தியை மையமாக வைத்து அவர் எழுதிய நாவலை வாசித்திருக்கிறேன். செல்லப்பா "நன்றாக எழுதியிருக்கிறான் வாசித்துப்பாரு" என்று சிபாரிசு செய்தார். ஆனால் காந்தியத்திலுள்ள ஈடுபாடு அவருக்கு இடதுசாரியில் இல்லை என்பதற்கு அந்த நாவலே உதாரணம்.

பின்னால் கேள்விப்பட்டது, சிங்கப்பூரிலோ மலேசியாவிலோ வைத்து அவருக்கு ஹார்ட் அட்டாக்

*வந்தது. சென்னை வந்த பிறகுதான் முடிவு நிகழ்ந்ததா என்பது நினைவிலில்லை. நானும் நம்பியும் அது பற்றி நிறையப் பேசிக்கொண்டது நினைவிருக்கிறது. அசாத்தியமான உடல் ஆரோக்கியம். சளி, காய்ச்சல் என்று படுத்தது கிடையாது. கெட்டப் பழக்கங்கள் எதுவுமே கிடையாது. மோசமான உணவுப் பழக்கம் காரணமாகத் தன்னையே அழித்துக்கொண்டார். இல்லையானால் இன்னும் இருபதைந்து வருடம் உயிருடன் இருந்திருப்பார். மருத்துவர்கள் எச்சரிக்கை செய்த பிறகும் அவரால் எண்ணெய்ப் பலகாரங்களைக் கட்டுப்படுத்த முடியவிலை. அவருடைய கம்பீரமான உடல் அழகு உருக்குலைந்து, மிகவும் மோசமாகிக்கொண்டு வந்தது. அவருடைய சார்மிங் ஆன உருவத்தைப் பார்த்து பழகிய எனக்கு இதை சகித்துக்கொள்ள முடியவில்லை. அவருடன் பழகியவர்கள் யாருக்குமே முடியாது.*

○